भुताचा जन्म

द. मा. मिरासदार

AA000437

मेहता पब्लिशिंग हाऊस

BHUTACHA JANMA by D. M. MIRASDAR

भुताचा जन्म : द. मा. मिरासदार / कथासंग्रह

द. मा. मिरासदार
१२६०, अक्षय सहनिवास, तुळशीबागवाले कॉलनी,
सहकारनगर नं.२, पुणे - ४११००९.

प्रकाशक : सुनील अनिल मेहता, मेहता पब्लिशिंग हाऊस,
१९४१, सदाशिव पेठ, माडीवाले कॉलनी, पुणे - ४११०३०

अक्षरजुळणी : इफेक्ट्स, २१/६ब, आयडिअल कॉलनी, कोथरूड, पुणे - ३८.

मुखपृष्ठ : शि. द. फडणीस

प्रकाशनकाल : १९५८ / १९७१ / २००० / २००२ / २००९ /
मेहता पब्लिशिंग हाऊस यांची सहावी आवृत्ती : एप्रिल, २०१३ /
नोव्हेंबर, २०१४ / जून, २०१७ / पुनर्मुद्रण : जानेवारी, २०२०

P Book ISBN 9788184984682
E Book ISBN 9788184985733
E Books available on : play.google.com/store/books
m.dailyhunt.in/Ebooks/marathi
www.amazon.in

व्यंकटेश माडगूळकर यांसी –
लेखक व मित्र या दोन्ही नात्यांनी
मी त्यांचा फार ऋणी आहे.

अनुक्रमणिका

एक

भुताचा जन्म

गुंडगुळ्याचा माळ हे ठिकाण भुताच्या दृष्टीने अगदी गैरसोयीचे होते. ना तिथे एखादी पडकी विहीर, ना पडका वाडा. पिंपळ, वड असली प्रचंड झाडेही त्या ठिकाणी अजिबात नव्हती. काही ठिकाणी उगीच आपल्या चार-दोन बाभळी होत्या. पण बाभळीसारख्या काटेरी झाडांवर बसण्याइतकी भुते काही मागासलेली नव्हती. विहीर, आड तर सोडाच, पण 'भुतांचा बाजार' म्हणून प्रसिद्ध असलेला मसणवटीचा भागही तिथे कुठे आसपास नव्हता. म्हणजे भुताचा जन्म व्हायला ती जागा अगदीच निरुपयोगी होती. येऊन-जाऊन एक पिंपरणी त्या माळाच्या माथ्याच्या अलीकडेच उतरणीवर तग धरून होती. ती किंचित वाकलेली होती. यामुळे हजामत केलेल्या भटजीच्या डोक्यावरील शेंडीसारखेच तिचे सौंदर्य दिसत होते. या पिंपरणीच्या पाठीमागे एक लहानशी डगर होती. तिच्या कडेने थोड्याशा बोराट्या, तरवड. बस्स! एवढीच त्या माळावर अपूर्वाई होती.

अशा या भकास, रुक्ष ठिकाणी जन्म घ्यावा, असे कुठल्याही शहाण्या भुताला वाटले नसते. पण शहाणा आणि गाढव हे दोन प्रकार माणसांप्रमाणेच भुतांतही असल्यामुळे एक भूत, ते नको-नको म्हणत असताना त्या ठिकाणी जन्माला आले. आपण कुठे जन्माला यावे, हे कुणाच्याच हातात नसते. त्यामुळे त्या भुताला या गुंडगुळ्याच्या माळावर अगदी नाक मुठीत धरून जगात उडी घ्यावी लागली.

म्हणजे झाले काय – त्या दिवशी अमावस्या होती. रात्रीचा काळाकुट्ट अंधार सगळीकडे दाटला होता आणि अशा भयानक वेळी पैलवान तुकाराम लांडगे हा त्या माळावरच्या गाडीवाटेने खालच्या वस्तीकडे चालला होता. तुकाराम म्हणजे देशमुखाने पाळलेला पठ्ठ्या होता. रोजचे पाच-पाचशे जोर आणि 'खाटुम-खुटुम'चे जेवण कधी चुकत नसल्यामुळे त्याच्या दंडाच्या बेडक्या कडक फुगल्या होत्या.

मांड्यांचे पट फिरत होते. गर्दन उतू चालली होती आणि आधीच आखूड असलेले नाक गालांत गडप झाले होते. कानशिलांवर गुच्चे बसून-बसून त्यांची भजी झाली होती आणि एखाद्या जवान बाईसारखी त्याची छाती उभार होती. तो चालू लागला म्हणजे एखाद्या अंबारीचा हत्ती झुलल्यासारखे वाटत होते.

पण एक गोम होती. तुकाराम आडनावाने लांडगे असला, तरी त्याचे काळीज उंदराचे होते. देवधर्म, भूतपिशाच्च, जादूटोणा, मंत्रतंत्र असल्या गोष्टींना तो फार दचकत असे. म्हणून आज अंधारातून चालत असताना त्याची छाती लटलट करीत होती आणि तोंड कोरडे पडले होते. मनात नाना विचार येत होते. हा माळ एकल्याने तुडवायचा. सोबतीला कुणी नाही. समजा, धरले एकदम भुताने आणि घोळसले आपल्याला, तर मग? मग काय करायचे? भुताला दंडवत घालून त्याचे पाय धरायचे?... पण च्यायला तेही उलटे असायचे. का इकडच्या बाजूने नमस्कार करून तिकडच्या बाजूने पाय धरायचे? छे: छे:! त्यापेक्षा सुसाट पळावे हे चांगले. पण तसे तरी होईल का? हात लांब करून धरले त्याने म्हणजे मग? मग मात्र सोडायचे नाही ते... बायली, काय करावे बरे?....

तुक्याच्या लहानशा डोक्यात अशा तऱ्हेचे भयंकर विचार येत होते. अंगावर मधूनच काटा उभा राहत होता आणि पावले झपझप पडत होती.

आता माळ लागला होता. अंधार जास्तच वाढत होता आणि माळावरचा मोकळा वारा अंगाला जोराने झोंबत होता. रात्रीची किरकिर कर्कश होत होती आणि सगळीकडे अगदी स्तब्ध होते. लांबून कुठून तरी क्वचित वस्तीवरच्या कुत्र्यांची भुकऽऽ भुकऽऽ ऐकू येई. शांततेचा डोह त्याने किंचित डहुळल्यासारखा होई. क्षणभराने पुन्हा पूर्वीपेक्षा अधिक शांत होई.

तुक्या झपाझप चालला होता. तो अंधार त्याला दचकवीत होता आणि भीतीचे काटे कुणीतरी काळजात रुतवीत होते. आपल्या पावलांचा आवाज जरी झाला तरी त्याचे काळीज लटकन उडत होते. पावले भराभर पडत होती आणि त्यामुळे त्यांचा पुन्हा मोठा आवाज येत होता.

माळाच्या सरळ गेलेल्या वाटेकडे त्याने नीट निरखून पाहिले. पावलांचा आवाज येत होता. पुढे कुणीतरी भराभर चालत होते.

अंधार होता. नीट दिसत नव्हते, तरी पण कुणीतरी चालत होते खास. तुक्याने डोळे फाडून बघितले. कोण चालले असावे? माणूसच असेल ना? का भूतबीत असेल?... मग मात्र मेलो... पण छे:! भूत कुठले असायला? भुताच्या पावलांचा आवाज येत नसतो... बहुतेक कुणीतरी आपल्यासारखाच असावा. बघू या तरी. असलाच तर बरी सोबत झाली. एकमेकांच्या नादाने, सोबतीने ही वाट तरी सरेल....

असा विचार करीत तुकारामाने पावले झपाझप टाकली. अंतर तोडले आणि तो

माणूस जवळ राहिला हे साधारण दिसल्यावर त्याने हळी दिली, ''ओ पावणंऽऽ'' समोर पांढुरके दिसणारे कुणीतरी थांबले. आवाज आला, ''कोन हाय?''

आणि त्यापाठोपाठ विडीच्या लाल उजेडाचा कण क्षणक्षण चमकला आणि नाहीसा झाला.

आहे, माणूसच आहे, कारण भूत विडी ओढते, ही गोष्ट अजून कधी आपण ऐकली नाही.

मग राहिलेले अंतर झपाझप तोडून तुकाराम त्याच्याजवळ गेला अन् म्हणाला, ''कुणीकडे निघाला? या माळाच्या वाटेनेच ना?''

अंधारात तोंड नीट दिसत नव्हते. पण आवाज स्पष्ट ऐकू आला, ''व्हयं, का बरं?''

''काय न्हाय. चला, सोबतीला घावलं कुणीतरी.''

असं बोलून तुकारामाने पावले पुढे टाकली. तो पावणाही हलला.

''का हो? सोबतीचं काय काडलं? भेताबिता काय रातच्या चालीला?''

आता तुकारामाने चंची काढली होती. खरे म्हटले तर मघापासून ती खिशात वळवळत होती. पण मघाशी भीतीमुळे तेवढी उसंत नव्हती... पण आता काहीच हरकत नव्हती.

सुपारी कातरीत तुकाराम बोलला, ''भेताबिता म्हंजे काय? अवं, लई भुताचा तरास असतुया रातच्याला; आन् आज तर आमुशा हाय.''

''मंग आसंल! काय करत्यात भुतं आपल्याला?''

''आं? आं? असं बोलू नगा. लई बारागंड्याची असत्यात एकेक. हडळ तर लई वाईट म्हनत्यात.''

''आरं तसं म्हनत्यात निक्कं.'' पावणा म्हणाला, ''पण एकानंबी भूत बघटलं न्हायी. उगी आपला चावटपणा.''

''म्हंजे तुमचा इस्वास न्हायी म्हना की!''

''अजिबात न्हायी.''

''बघा आं? दावला एकदा हिसका म्हंजे समजंल.''

''आत्ताच काय दावायचंय ते दाव म्हनावं त्येला. बघू, हून जाऊ दे.''

पावणा असा एकेरीवर आला तेव्हा तुकाराम गडबडला. त्याचे काळीज पुन्हा लुटुलुटु उडू लागले. हो, खरंच एखाद्या भुताने हे ऐकले आणि घेतले मनावर म्हंजे? मग आला का पचिताप. उगीच पीडा आपल्या पाठीमागे. काय बघायचे असेल ते एकला जाऊन बघ म्हणावे. आत्ता हा ताप कशाला?

मग तोंडातले पान थुंकून तो म्हणाला, ''जाऊ द्या राव या गोष्टी. उगीच भ्या वाटतीया.''

“भ्या वाटाय काय झालं?” पावणा ऐटीने म्हणाला, “मोप गोष्टी ऐकल्यात असल्या म्या. सांगू का तुम्हाला एखांदी?”

हे ऐकल्यावर तुकाराम भयंकर घाबरला. भुताच्या गोष्टी चार माणसांत बसून दिवसा-उजेडी ऐकायच्या असतात. आमुशेच्या रात्री गावाबाहेर माळावर जर त्या ऐकू लागलो, तर मग फार कठीण काम झाले.

“नका महाराज, आत्ता या वक्ताला असलं काई काडू नका. लई खवीस हायेत भुतं इकडची.”

“असं?”

“तर! आवं, एकदा आमच्या गावातल्या सोनारावर भूत लई खूश झालं.” तुकाराम उत्साहाने सांगू लागला. त्याची गोष्ट बंद करण्याच्या नादात आपणच एक गोष्ट सांगू लागलो आहोत, याचे त्याला भान नव्हते.

“हं!” पावण्याने नुसता हुंकार भरला.

“का म्हनाल तर, त्यो सोनार रोज आपला सोनं तापवायचा, लाल करायचा आणि पाण्यात बुडवायचा. त्याचा आवाज व्हायचा चुर्रऽ र्रऽऽ र्रऽ असा. असा आवाज भुताला लई आवडायचा. निक्का त्यो आवाज ऐकायला म्हून त्ये भूत रोज त्याला सोनं आनून द्यायचं रातच्या वक्ताला, आन् म्हनायचं, तापीव त्ये.”

“कुटनं आनायचं सोनं?” पावण्याने मध्येच विचारलं.

“काय बाबा, आपल्याला ठावं न्हायी.” तुकाराम दोन्ही गालांना हात लावून म्हणाला, “आनायचं ते भडवं कुठूनतरी, येवडं खरं... तर काय सांगत हुतो, आनायचं आन् त्या सोनाराला म्हनायचं, तापीव!”

“तापीव?”

“हां. ‘तापीव आन् आवाज काड त्येचा.’ सोनार आपला तापवायचा की लाल व्हस्तोवर. मग पान्यात घालायचा. आन् जवा चुर्रऽ र्रऽऽ र्रऽ आवाज व्हायचा त्येचा, तवा ते भूत ही: ही: ही: करून खिदळायचं बघा, आन् जायाचं निगून!”

“मग पुढं काय झालं?”

“काय व्हायाचं? अवं, त्यो सोनार गेला भिऊन. रोज रातच्या पारीला ही पीडा. त्ये भूत आपलं त्येच्या मांडीला मांडी लावून बसायचं. रोज नवीन सोनं आनून देयाचं.”

“बरं हुतं की मग!”

“कशाचं बरं राव? सोनार लागला या भीतीनं मरायला. पर त्ये भूत काय यायचं ऱ्हाईना. मग सोनारानं काय केलं, घेतलं सोनं एकदा. लाल तापिवलं, भायेर काडलं आन् जवा एकदम भुताच्या मांडीलाच चटका दिलाय त्येचा – पळून गेलं तिच्यायला! पुना काय हानबिगार परत आलं न्हायी. अशी गोष्ट.”

गोष्ट ऐकून पावण्याला भीती वाटू लागेल, अशी तुकारामाची कल्पना होती. कारण ती सांगताना तो स्वत: घाबरला होता आणि इकडे-तिकडे दचकून बघत होता. पण पावणा हसू लागलेला बघून त्याला आश्चर्य वाटले. काय माणूस आहे! भुताची एवढी भयंकर गोष्ट सांगूनसुद्धा त्याला काहीच भीती वाटत नाही? म्हणजे आता कमाल झाली!

मग तो थोडा रागावून म्हणाला, "हसताया तुमी?"

पाव्हणा हसतहसतच म्हणाला, "मंग काय रडू? ही: ही:!"

"बगा बरं का. समजंल एखांद्या येळेला. मंग सम्दंच हसनं यील भाईर." तुकारामाने कळकळीचा इशारा दिला आणि तसे करताना तोच पुन्हा जास्त घाबरला.

"येऊ द्या हो." पावणा दाट होत चाललेल्या अंधाराकडे बघून म्हणाला, "काय हुईल काय हून – हून आसं?"

"आं? त्या गनप्यासारकं आन् त्याच्या दोस्तासारखं हुईल तुमचं." तुकारामाने अडखळत-अडखळत सांगितले.

"त्येचं काय झालं?" पाव्हण्याने आता तोंडावर धोतराचा सोगा घेतला होता. तरीही हसू बाहेर पडतच होतं.

आता खरोखरच त्या माळावर अंधार चांगला दाटला होता. वारा सोंऽ सोंऽऽ करीत धिंगाणा घालीत होता. अंगाला झोंबून शहारे आणीत होता. माळावरची ती पिंपरणी आता लांबून अंधूक दिसत होती आणि तिची पाने विचित्रपणे सळसळत होती. सगळीकडे अगदी स्तब्ध होते.

तुकारामाने इकडे-तिकडे चोरटेपणाने बघितले. मग हळू आवाज काढून तो म्हणाला, "त्येची काय गम्मत झाली. त्येबी आसंच. दारू प्यायचं, दरोडे घालायचं, आन् कुटंबी हिंडायचं भाडं. एकदा कुटं तरी घातला दरोडा आन् लांब गावाभायेर गेलं. ततं ती व्हीर न्हाय का, आन् धर्मशाळा?"

"आसंल, आसंल. फुडं काय झालं?" पाव्हण्याने खड्या आवाजात विचारलं.

"अवं, हळू बोला... तर बसले की धर्मशाळेत जाऊन. संगट भाकऱ्या बांधून घेतलेल्या. दारू पिऊन ल्हास झालेले गडी. आन् लागले की चोरलेला पैका मोजायला. समोर एक चिमनी निक्की. त्ये पैशे मोजत्यात, तंवर भुतानं समद्यांच्या भाकरी खाऊन टाकल्या आन् 'अऽऽब' करून दिली ढेकर. जो तो म्हनतोय दुसऱ्यानंच दिली बरं का ढेकर. भूत जेवलं मरस्तंवर आन् लागलं चिमनी इजवायला. पहिल्यांदा वाटलं, च्याबायली वाऱ्याबिऱ्यानं इजली आसंल. म्हून पुन्ना लावली, तर पुन्ना इजली. जे त्ये म्हनतंय, तूच इजवलीस, तूच इजवलीस!"

"मंग!"

"मंग काय? जवा पुन्यांदा लावली आन् बघाय लागले, तवा काय? अंधारातनं

एक हात फुडं येतुया आन् चिमणी इजवतुया. नुसती हाडकंच आपली. मंग काय? लटालटा कापाय लागले समदे.''

हे सांगताना तुकाराम लटालटा कापू लागला.

''फुडं?''

''फुडं काय? घाम सुटला समद्यांना. नशाच उतरली.''

आता तुकारामाला घाम सुटला होता.

''हं मग?''

''मग ते भूत चढलं की, व्हिरीजवळच्या झाडावर. आन् दिली धाड्दिशी व्हिरीत उडी टाकून, धबेल करून. पुन्ना कायबाय आवाज करीत आलं वरती. पुन्ना चढलं झाडावर आन् पुन्यांदा ठोकली उडी व्हिरीत. रातसार ह्यो धुमाकूळ. झाडावर चढायचं आन् व्हिरीत उडी ठोकायची! दुसरी बात न्हायी. पुन्यांदा झाडावर चढायचं आन् पुन्ना व्हिरीत उडी ठोकायची...''

''मंग काय झालं?''

''काय व्हायाचं? खाड्दिशी दारू उतरली समद्यांची. फटफटस्तंवर ह्यो दंगा आपला चाललेला. फटफटलं तवा पळत आले गावात. पुन्ना म्हणून कदी रातच्याला भायेर गेले न्हायीत.''

तुकारामाने समारोप केला आणि तो पाव्हण्याकडे बघू लागला. आता तरी पाव्हणा नक्की घाबरलेला असणार. भीतीने त्याचेही काळीज उडत असेल, आपल्यासारखाच त्याच्याही अंगाला घाम आलेला असेल. खातरीने! कारण गोष्टच तशी भयंकर सांगितली होती. कुणीही माणूस घाबरून गेले असते.

पण पाव्हणा परत खुदुखुदु हसू लागलेला बघून तुक्याच्या कपाळाला आठ्या पडल्या. रागही आला. म्हणजे हा काय चावटपणा? माणूस आहे का कोण आहे? भुताची गोष्ट ऐकायची आणि घाबरायचे नाही म्हणजे काय? भलतेच काहीतरी!

त्याने पुन्हा एकदा निक्षून सांगितले, ''तुमी हसताया, पर पस्तावाल बगा एकांद्या येळी. कुटं भेटत्याल भुतं, त्ये सांगाय यायचं न्हाई.''

हे ऐकून पाव्हणा एवढंच म्हणाला, ''का वो पैलवान, ही भुतं आसत्यात तरी कुटं?''

मग त्यावर तुकारामाने जी माहिती सांगितली तीवरून पाव्हण्याला एवढे समजले की, ही भुते कुठेही असू शकतात. ती अमक्या ठिकाणी नाहीत, असे कुणालाही छातीवर हात ठेवून सांगता यायचे नाही. कदाचित ती सध्या आपल्या घरात माळवदावर बसलेली असतील. कदाचित ती अगदी याच वेळी आपल्या पाठीमागून पावले टाकीत, अगदी अदबीने येत असतील. साधारणपणे सांगायचे म्हणजे ती कुठल्याही पडक्या वाड्यात, विहिरीत, मसणवटीत असतातच. विशेषत:

विहिरीत हडळ असते आणि ती सुंदर बाईचे रूप घेऊन इकडे-तिकडे हिंडत असते. कुणी एकटादुकटा आढळला तर त्याला विहिरीत नेऊन मारते. बिलकूल हयगय करीत नाही. पिंपळावर तर मुंजा हटकून असतो आणि वड, पिंपरणी, लिंब असल्या झाडांवरही भुते माकडासारखी गर्दी करून बसलेली असतात. दिवसा ती काही करीत नसली, तरी रात्रीच्या वेळी त्यांना उजाडते. त्या वेळी मात्र ती कुठेही आणि कुणाच्याही वेषात भेटतात. त्यांचे पाय उलटे असतात असे म्हणतात; पण तसे काही त्यांच्यावर बंधनच आहे असे नाही. अमावस्येच्या रात्री तर ती हमखास फिरायला निघालेली असतात. अशा वेळी त्यांच्यासंबंधी काहीही बोलणे अगर त्यांच्या दृष्टीस पडणे, हे धोक्याचे असते.

आता माळ निम्म्याच्या वर तुडवून झाला होता आणि समोरचे एकुलते एक पिंपरणीचे झाड जवळ येत चालले होते. वाऱ्याने त्याची पाने विचित्रपणे सळसळत होती. झाडाची रस्त्यावर पडलेली सावली त्या अंधारातही चांगली दिसत होती. सावलीचा तो काळा डाग रस्त्यावर चमत्कारिक रीतीने हलत होता.

तुकारामाने सांगितलेली माहिती ऐकून घेतल्यावर पाव्हणा काही बोलला नाही. तसाच पुढे चालला. डोके खाली करून मग त्याने खिशातली विडी काढली. काड्याची पेटी काढली. नंतर तो म्हणाला, "या पिंपरणीखाली बसायचं का दोन मिंटं?"

ते ऐकून तुकाराम एकदम गडबडला आणि बावरून म्हणाला, "आँ? आन् त्ये कशाला वो?"

"विडी वढायचीय. या माळावर काडी न्हायी पेटायची. बसू तितंच आन निगू लगीच. काय?"

"न्हायी; त्ये खरं तुमचं, पर –"

"पर काय?"

"न्हायी, या पिंपरणीखाली नगं वो. फुडं वढा कुटं तरी."

"का वो? भ्या वाटतंया काय?"

"भ्या म्हंजे काय – पर थोडं वाटतंया खरं."

"भूत आसंल म्हंता व्हय तितं?"

"नाव काडू नगा त्येचं." तुकारामाला घाम फुटला. "का ह्या वक्ताला इषाची परीक्षा? उगी आपलं चला की गुमान फुडं."

"काय भेताय राव! बगू दे तरी मला एकदा कसलं असतंय भूत त्ये. आन् तुमी बी बगा माझ्यासंगट."

"ह्या! ह्या! आपल्याला न्हायी बगायचं आं!" तुकाराम भिऊन म्हणाला. हो, आपल्या उद्धटपणामुळे खरोखरच भूत येऊन समोर उभं राहायचं. या नि:संगाला

त्याचे काय? पण आपण आपले जपले पाहिजे.

"चला वो, एकदा बगाच गंमत! आलंच भूत तर बिडी देऊ त्याला वढायला. चला!"

"भूत विडी वढतं?" तुकारामाने तशाही स्थितीत जिज्ञासेने विचारले.

"न वढायला काय झालं? भूतच हाय त्ये. मानसासारकंच सगळं असतंय त्येचं. शिग्रेटसुद्धा वढतं एकांद्या बारीला."

"अगं बाबौ." तुकाराम घाबरून म्हणाला, "आन् हडळ असली तर?"

"तीबी वढतीया शिग्रेट. तिला काय धाड आलीया! लई सुधारलियात भुतं आता!"

"अगं बाबौ!" तुकारामाने पुन्हा आश्चर्य व्यक्त केले. ही भुताची माहिती त्याला अगदी नवीन होती. भुतातल्या त्या बायादेखील शिग्रेट ओढू लागल्या म्हणजे कमाल झाली! आणि तो पिंपळावरचा मुंजा? तोसुद्धा बिड्या ओढतो का? असा प्रश्न त्याच्या अगदी तोंडावर आला होता. पण सगळे ओढतात म्हटल्यावर त्यात तो आलाच. बामणाची लहान पोरेदेखील बिड्या ओढू लागली अं?....

"खरं ना वो? का चेष्टा करताया माजी?"

असं म्हणत-म्हणत तुकाराम दबकत-दबकत पाव्हण्याच्या पाठोपाठ झाडाकडे गेला. पाव्हण्याने त्याला धीर दिला असला, तरी त्याची भीती अजिबात गेली नव्हती. त्याचे काळीज सशासारखे उडत होते आणि सगळ्या अंगावर काटा उभा राहिला होता. एकट्याने पुढे जायची भीती वाटत होती, म्हणूनच तो पाव्हण्याबरोबर थांबायला तयार झाला होता.

ते दोघेही जरा अंतर ठेवून झाडाच्या बुंध्याला टेकून बसले. अंधारातच बसले. समोरून माळावरचा वारा सोसाट्याने येत होता आणि त्यांच्या अंगावर झेप टाकीत होता. झाडाची पाने जोराने सळसळत होती आणि फांद्या वेड्यावाकड्या हलत होत्या. रात्रीची किरकिर इतकी वाढली होती की, नीट आवाजही ऐकू जात नव्हता. सगळीकडे अगदी शांत आणि उदास होते.

तुकारामाने आभाळाकडे बघत चांदण्या मोजल्या. मग त्याला पान-तंबाखूची आठवण झाली. खिशातली चंची काढून त्याने वर गुंडाळलेला दोरा उलगडला. त्यालाच अडकविलेल्या अडकित्त्याने सुपारी कातरली. भुगा तोंडात टाकला. मग पान काढून ते पुसले. चुन्याच्या डबीला नख लावून चुन्याचे पट्टे अंधारातच पानावर ओढले. कात खाल्ला. तंबाखू खाल्ली. दोन मिनिटे चघळून शेजारी पिंक टाकली.

अशी चार-दोन मिनिटे गेली.

थुंकून-थुंकून पान संपून गेले. गालातून जीभ फिरवून तुकारामाने राहिलेला भागही तोंडाबाहेर टाकून दिला. मग मात्र त्याला अस्वस्थ वाटू लागले. कुणीतरी

भीतीचा काळा पंजा त्याच्यासमोर धरू लागले आणि त्याचा जीव वर-खाली होऊ लागला. या पाव्हण्याच्या नादाने आपण अशा भयाण वेळी इथे बसलो; नाहीतर बापजन्मी कधी बसलो नसतो. नसती बिलामत. एखाद्या वेळी दिसला वेडावाकडा प्रकार म्हणजे गच्छन्तीच व्हायची आपली. छे: छे:! इथे बसण्यात फार गाढवपणा आहे... अजून कसे या पाव्हण्याचे विडी ओढणे संपले नाही?

अशा विचारात इतका वेळ उगीच इकडे-तिकडे फिरवीत राहिलेली आपली दृष्टी त्याने पाव्हणा बसला होता, त्या जागेकडे वळवली आणि तो म्हणाला, पण – पण – म्हणाला काही नाही. त्याची दातखिळीच बसली.

कारण त्या ठिकाणी पाव्हणा नव्हताच!

कुणीच नव्हते!

झाडाच्या बुंध्याला टेकून जिथे तो मघाशी बसला होता, ती जागा आता रिकामी होती. पूर्ण रिकामी!

आणि त्या ओसाड भयाण माळावर, त्या पिंपरणीच्या दाट काळ्या सावलीखाली तुकाराम एकटाच होता – अगदी एकटा!

काय झाले ते प्रथम त्याला समजलेच नाही. मग कुणीतरी भयानक भीतीचे थंड व बधिर करणारे हबकारे त्याच्या तोंडावर मारले आणि त्याच्या सर्वांगात मुंग्या पसरल्या. एक मोठी किंकाळी फोडावी असे त्याला वाटले, पण त्याच्या तोंडातून शब्दच बाहेर पडेना.

एक क्षणभरच हे असे झाले.

मग एकाएकी त्याच्या पायात विलक्षण गती आली. तो पळाला. डोळे फिरवीत, चेहऱ्यावरून घामाचे ओघळ येत आणि तोंडावाटे अक्षरही न काढता तो पळत सुटला. गावाच्या दिशेने, आलेल्या वाटेने तो चौखूर उधळला. पार दिसेनासा झाला.

तो गावात येऊन पोहोचला तेव्हाही त्याच्या तोंडून एक अक्षर बाहेर पडत नव्हते. सगळे कपडे भिजून चिंब झाले होते आणि त्याला विलक्षण धाप लागली होती. लोकांनी त्याला नीट बसविले, पाणी पाजले आणि विचारले, ''अरे तुका, काय झालं? कशाला भ्यालास?''

आपण पाच-पन्नास माणसांत आहोत, हे चांगलं डोळ्यांनी बघितल्यावर तुकाराम सावध झाला. त्याने तोंड उघडले.

तो म्हणाला, ''भयंकर! भयंकर! फार भयंकर!''

''अरे, पण काय?''

''माळावरच्या पिंपरणीखाली एका भुताची गाठ पडली. त्याची-माझी कुस्ती झाली. चीतपट केलं त्याला मी. तवा खवळून माझ्या अंगावर आलं आन् माळ सरस्तवर मागं आलं.''

...आणि असं म्हणून तुकारामाने पहिल्यांदाच किंकाळी मारली आणि तो बेशुद्ध पडला.

समोरून सारखा वारा येत होता. विडी पेटता पेटेना. म्हणून पाव्हणा आपल्या जागेवरून उठला आणि झाडाच्या पाठीमागच्या बाजूला गेला. तिथे वारा अगदी बंद होता. काडी ओढून त्याने विडी पेटवली. तिचे चार-दोन मनसोक्त झुरके घेतले आणि नाकातोंडातून गरम धूर काढीत, तो अगदी निवांतपणे पडून राहिला. त्याला आपल्या सोबत्याचे हसू येत होते. काय सारखा भुताची भीती दाखवीत होता! बघितले तर हत्तीसारखा गडी. पण उगीच मिलमिशा... स्वत:च गोष्टी सांगत होता आणि स्वत:च लटलट कापत होता आणि सारखा भूत दिसेल, भूत दिसेल म्हणून धाक घालीत होता....

या विचारात काही मिनिटे गेली.

आपल्या सोबत्याचे एक अक्षरही ऐकू आले नाही, हे बघून पाव्हणा मनात चमकला. गडबडीने विडी विझवून तो अलीकडच्या बाजूला आला.

त्याने बघितले... पण कुणीच नव्हते तिथे.

तो पैलवान बसला होता, ती जागा अगदी रिकामी होती!

त्या ओसाड माळावर, दाट सावलीच्या पिंपरणीखाली तो अगदी एकटा होता आणि रात्र अमावस्येची होती.

ते बघून पाव्हणा एकदम बधिरला. काय झाले ते प्रथम त्याला नीट समजलेच नाही. डोळे चोळून त्याने पुन्हा एकदा नीट बघितले.

आणि मग त्याचा भयंकर अर्थ त्याच्या ध्यानी आला.

मग तो तिथे थांबलाच नाही. भीतीने गुरासारखा ओरडला. त्याचे सगळे रक्त उलथेपालथे झाले आणि एक किंकाळी फोडून तो विलक्षण वेगाने पळाला. दगडाधोंड्यांतून, ओढ्यानाल्यांतून, रानावनातून पळाला. पळताना त्याने एकदाही मागे वळून पाहिले नाही.

तोंडावरून घामाचे पाट वाहताहेत, चेहरा पांढराफटक पडला आहे, छाती भात्यासारखी वरखाली होते आहे, अशा स्थितीत तो कुठल्यातरी वस्तीला येऊन पडला. मरू घातलेल्या जनावरासारखा फेस गाळू लागला....

अशा रीतीने पिंपरणीवरच्या भुताने आल्या-आल्या दोन माणसांना दणका दिला. ते भूत पुढे लौकरच मोठे झाले. त्याची वंशावळही वाढली. जाता-येता माणसांना अडवून त्यांच्याशी ते दंगामस्ती करू लागले. कुणी त्याला झाडाच्या बुंध्याला टेकून सबंध रस्त्यावर पाय पसरून बसलेले स्वत:च्या डोळ्यांनी पाहिले.

अमावस्येच्या रात्री कुणी सबंध माळावर दिवट्याच दिवट्या नाचताना पाहिल्या. त्यावरून तेथे शे-दीडशे तरी भुते असावीत, असे लोकांना स्पष्ट कळून चुकले.

आता ती वाट बंद झाली आहे. रात्रीच्या वेळी तर तिकडे कुणी फिरकतही नाही. येऊन-जाऊन गावातले धाडसी लोक तेवढे अमावस्येच्या रात्री तिकडे जातात, भुतांच्या दिवट्या नाचताना बघतात आणि त्यांच्या पंक्तीला बसून जेवण करून माघारी येतात.

– आणि तुकाराम लांडगेही नेहमी, गुंडगुळ्याच्या माळावर भुताशी आपण कशी कुस्ती केली, त्याचे फक्कड वर्णन सांगत असतो.

दोन

भवानीचा
पक्षकार

सकाळची उबदार उन्हे ओसरीवर पसरली होती. पण गार वाऱ्याचे झोत अजूनही अंगावर येतच होते. थंडी वाजत होती आणि अंगावर काटा उभा राहत होता. अशा वेळी उबदार उन्हात बसणे किती मजेदार असते!... या उन्हात समोर डेस्क ठेवून नाना उगीच माशा मारीत बसला होता. बाहेर रस्त्यावर, कामाला चाललेल्या माणसांची वर्दळ आत ऐकू येत होती आणि नाना ऊन खात उगीच बसला होता. मधूनमधून कालचे शिळे वर्तमानपत्र उघडून उरल्यासुरल्या बातम्या वाचीत होता.

नानाच्या एकंदर उद्योगावरून तो बेकार होता, हे उघड दिसत होते. आणि तो बेकार होता याचाच अर्थ तो नवा वकील होता, असा कुणी काढला असता तर तोही बरोबर होता. नाना नुकताच वकील झाला होता. बार कौन्सिलची परीक्षा आटोपून आणि सनद घेऊन त्याला फक्त सहा महिनेच झाले होते. या अवधीत त्याने आपल्या तालुक्याच्या गावी घराशेजारची एक खोली ओसरीसकट भाड्याने घेतली होती आणि तेथे आपली कचेरी थाटली होती. एका मोकळ्या कपाटात कायद्याची पुस्तके भरली होती. फिर्यादीचे, दरखास्तीचे, वकीलपत्राचे फॉर्म्स छापून घेतले होते. बाहेर स्वतःच्या नावाची एक पाटी ऐटबाजपणे अडकवली होती. स्वतःला एक उतरते डेस्क करून घेतले होते. फार काय, पण कारकुनाच्या नावाचेही एक डेस्क त्याने सांगून ठेवले होते. कामबिम निघाले, तर ताबडतोब येण्यासंबंधीचा तातडीचा निरोपही एका जुनवान कारकुनाजवळ त्याने देऊन ठेवला होता. थोडक्यात सांगायचे म्हणजे, सगळे कसे जय्यत तयार होते. हातात कातड्याची बॅग सांभाळीत नाना कोर्टात रोज अकराला जात होता आणि संध्याकाळी कोर्ट सुटल्यावरच घरी येत होता. कागदाची रिमे, दौत, टाक, वाळू, अंगठा उठविण्याचे पॅड, फायली, सगळ्यांची व्यवस्थित जुळणी झालेली होती आणि

कारकून निरोपाची वाट पाहत होता!

– पण एकाच गोष्टीची अजून कमतरता होती!

वकिलीचे दुकान थाटून सहा महिने झाले होते; पण नानाकडे अद्यापि एकही गिऱ्हाईक फिरकले नव्हते. एकही पक्षकार आला नव्हता. एकही खटला त्याच्याकडे चालवायला आलेला नव्हता.

नाना वाट पाहत होता. आपण नवीन आहोत, दारावर पाटी लावली की, दुसऱ्या दिवशी काही लोकांची रांग आपल्या दारासमोर लागणार नाही, हे त्याला कळत होते. थोडासा वेळ जायलाच पाहिजे. थोडी कळ सोसायलाच पाहिजे. तो मनाशी म्हणत होता की, आजकाल नव्या वकिलाचा धंदा फार अवघड झाला आहे. पण यातूनच गाडी मारून नेली पाहिजे. हळूहळू येईल कुणीतरी. एकदा का पहिले काम आले की, ते अगदी मन लावून करायचे. जास्तीत जास्त मेहनत घ्यायची. कायद्याचा कीस अन् कीस काढायचा. कोर्ट, जुने वकील, आपला पक्षकार या सगळ्यांवर जबरदस्त छाप टाकायची. एकदा पहिले काम यशस्वी झाले की, निम्मे यश पदरात पडलेच! ज्याची सुरुवात चांगली, त्याचा शेवटही चांगला. काम कामाचा गुरू. हळूहळू आणखी चार-दोन कामे येतील, तीही जर जिंकली, पक्षकाराच्या मनासारखी केली की, आपला जम बसलाच. मग पुढचा विचार करायलाच नको. कामे चौअंगाने वाढत जातील. इतकी की, स्वस्थपणाने चार घास खायला फुरसत मिळायची नाही. पहाटेपासून लोक बैठकीत बसलेले राहतील. वेळ नाही म्हणून काही लोकांना माघारी पिटाळण्याची पाळी येईल. कारकुनाची तर नकला लिहिता-लिहिता आणि फीचे पैसे खिशात टाकता-टाकता दमछाक होऊन जाईल. मग मला वाटते, दुसरा आणखी एक कारकून नेमायची पाळी येईल. आली तर आली, त्याला कोण डरतो?....

डेस्कावर तंगड्या टाकून नाना रोज अशी स्वप्ने बघत होता. आपल्या हुशारीचा जिकडे-तिकडे बोलबाला झाल्याची चित्रे त्याच्या डोळ्यांसमोरून सरकत होती. पण तास-अर्धा तास असा गेला म्हणजे त्याच्या ध्यानात येत होते की, अरे पहिला पक्षकार येण्यावर सगळे अवलंबून आहे. तो आला तर या पुढच्या सगळ्या गोष्टी. नाहीतर कशालाच काही मेळ नाही. छे:! छे:! पहिले कूळ आता यायलाच पाहिजे. त्याशिवाय काही खरे नाही.

पण दिवसांमागून दिवस जात होते. महिन्यांमागून महिने जात होते आणि नानाकडे तो पहिला देवमाणूस काही उतरत नव्हता. जुन्या वकिलांकडे माणसे मेंढरासारखी धावत होती. पण नानाकडे उंबरा ओलांडून कुणी शपथेला येत नव्हते. त्याच्या ओसरीची पायरी अक्षरश: एक काळे कुत्रेच एकदा चढले होते आणि ते पक्षकार होण्याच्या लायकीचे नसल्यामुळे नानाने हुडुत करून त्याला

हाकलून दिले होते.

असे काही चाललेले होते. दिवस उजाडत होता आणि मावळत होता. पण नानाकडे कुणीही नवा माणूस दिसत नव्हता. नानाचे पुढचे बेत काही खरे होण्याची चिन्हे दिसत नव्हती.

आज नाना त्याच विचारात होता. नेहमीप्रमाणे त्याने आपल्या तंगड्या समोरच्या डेस्कावर मांडून ठेवल्या होत्या. हातात शिळे वर्तमानपत्र घेऊन त्यातल्या सिनेमाच्या जाहिराती तो वाचून काढीत होता. सकाळचे कोवळे ऊन आता ओसरीवरून अंगावर सरकू लागले होते आणि त्या उबेने नानाचे डोळे अर्धवट मिटल्यासारखे झाले होते.

असा किती वेळ गेला नानाला काही कळले नाही.

एकदम जाड वाहनांचा कर्रर ऽऽ कर्रर ऽऽ आवाज त्याच्या कानांवर आला. डोळे उघडून पाहीपर्यंत हाकही ऐकू आली, ''हायती का कुळकरनी वकील?''

नानाने दचकून एकदम दरवाजाकडे पाहिले. दारातच एक पैलवानी अंगाचा नकटा माणूस मख्ख चेहऱ्याने उभा होता. त्याच्या डोक्याला पिवळा पटका होता आणि ओठावर झुपकेबाज मिशा होत्या. त्या राठ, काळ्या कुळकुळीत माणसाकडे पाहून नाना एकदम खडबडून जागा झाला. तंगड्या सावरून घेऊन गडबडीने म्हणाला, ''हां, हां: कोण पाहिजे?''

''त्यो नवा वकील हितंच कुठंतरी ऱ्हातो की?''

''कोण?''

''नाना कुळकरनी का काय म्हणत्यात बगा.''

''मीच तो.''

नानाने असे उत्तर दिले; पण आपल्याला नवा वकील म्हणून जरा तुच्छतेने संबोधलेले पाहून त्याला जरा मनातनं रागच आला. त्यातून हा गडी वकिलाला उद्देशून एकेरी भाषेत बोलत होता. त्याच्या नजरेतही विशेष आदरभाव दिसत नव्हता. तेव्हा त्याला चांगले खडसवावे असे क्षणभर नानाच्या मनात येऊन गेले. पण त्याला पुन्हा वाटले की, हा माणूस कोर्टाचे काही काम तर घेऊन आला नसेल आपल्याकडे? तसे असेल तर थोडक्यासाठी कशाला उगीच वाकडेपणा घ्या आणि पहिलाच पक्षकार परत पाठवा? ज्या माणसाची आपण महिनेन्महिने वाट पाहतो आहोत, तो आपणहून पायांनी चालत आपल्या दारी आला असताना त्याला रागाच्या भरात पिटाळून लावणे बरे नाही. तसे केले तर आपल्यासारखे करंटे आपणच. या वेळी जरा गप्प बसून पदरात काम पाडून घेतले पाहिजे.

नानाचा चेहरा गोरामोरा झाला होता. तो बदलून त्याने हसरा केला. पुन्हा एकदा म्हटले, ''मीच नाना कुलकर्णी. तुम्ही कोण?''

''मी बाभुळवाडीचा,'' तो गडी म्हणाला, ''नामदेव जाधव.''

“काय काम आहे?”

“हाये जरा कोरटातलं.” असं म्हणून चपला काढून तो एकदम थेट बैठकीवर येऊन बसला. डोक्यावरचा पटका काढून त्याने हातात घेतला आणि कपाळ पुसल्यासारखे केले. एक कोपर डेस्कावर ठेवून तो खुशाल रेलला.

त्याचा तुळतुळीत गोटा पाहून नानाला आणखी राग आला. पण तो गिळून शांतपणे तो म्हणाला, “हं, बोला. काय काम आहे?”

“थांबा की जरा. ह्ये एवढी बिडी वडली की सांगतोच बगा.”

नामदेव जाधवाने खिशातून बिडी काढून पेटवली. तिचे चांगले चार-दोन जबरदस्त झुरके घेऊन ती सपाट्यात निम्मीच केली. मग ती डेस्कावर विझवून त्याने परत खिशात टाकून दिली. भपकन मोठा धूर तोंडातून काढून नानाच्या दिशेने सोडला.

धुराचा प्रतिकार करीत नाना पुन्हा म्हणाला, “बोला, काय काम काढलंय?”

“म्हंजी त्याचं काय झालं –” असं म्हणून नामदेवाने ऐसपैस मांडी घातली. नानाला समजावून सांगण्याच्या आविर्भावात तो पुढे म्हणाला, “आमच्या पलीकडच्या आळीला ती भागी ऱ्हात न्हवती का लव्हाराची?”

एकदम असे बोलल्यावर नानाला तरी काय कळणार? पण तो मान हलवून म्हणाला, “बरं, बरं –”

“तिचं आमचं राव जमलं मेतकूट.”

“बरं.”

“आवं बरं काय राव?... तिच्या नवऱ्याला कळाली की हो ही भानगड.”

नाना चकित झाला. म्हणाला, “म्हणजे? तिचं लग्न झालेलं आहे काय?”

फक्‌दिशी हसून नामदेव बोलला, “तर मग सांगतोय काय! चांगली नवऱ्याची बायकू हाय की. धा वर्सं झाली तिचं लगीन होऊन.”

“आणि तुमचं?”

“माझं हून पंधरा वर्सं झाली. पन त्येची पंचाईत तुमाला काय करायची? फुडची स्टुरी तर ऐका तुमी.”

नाना सावरून बसला आणि म्हणाला, “हं, सांगा.”

“म्हंजी काय मज्जा झाली –”

असं म्हणून नामदेवाने नानाला एकंदर प्रकरणाची कच्ची हकिकत सांगितली. त्याने सांगितलेल्या हकिकतीवरून नानाला एवढे कळले की, नामदेव जाधव हा गावचा पोलिस-पाटील. त्याला चांगली तीन-चार लेकरं आहेत. परवा दोन महिन्यांखाली त्याचं आणि भागी नावाच्या लव्हाराच्या बाईचं सूत जुळलं. पुढं ही भानगड तिच्या नवऱ्याला कळली आणि तो त्यांच्या पाळतीवर राहिला. गावाबाहेरच्या मोकळ्या बखळीत त्यांची गाठभेट व्हायची. एकदा अशीच दोघं भेटली तेव्हा तीन-चार गडी

घेऊन नवरा आला आणि त्यानं भागीला बरोबर घेरलं. तिला मारलं, झोडपलं आणि दरादरा ओढत घरी नेलं. नामदेवाला त्यानं काही केलं नाही. पण भागीची ही अवस्था पाहून नामदेवाला वाईट वाटलं. त्यानं एके दिवशी लव्हाराला बडव-बडव बडवलं. अगदी भर रस्त्यात उचलून आपटलं. त्यात लव्हाराचं डोकच फुटलं आणि हात मोडला. त्या तिरीमिरीत तो तालुक्याच्या दवाखान्यात जो गेला उपचाराला – तो नामदेवविरुद्ध फौजदारी फिर्याद करूनच गावात आला. घडलेल्या गोष्टीला साक्षीदार होते. त्यामुळे नामदेवाला आता नाही म्हणता येण्यासारखे नव्हते. असा हा तिढा होता. पोलीस चौकशी, जामीन वगैरे सगळे प्रकार झाले होते. खटला लवकरच चालू होणार होता आणि नामदेव वकील द्यायला म्हणून नानाकडे आला होता.

सगळी हकिकत सांगून झाल्यावर नानाने विचारले, "बरं. पण या मारामारीत लव्हारानं काही तुम्हाला मारलं असेलच की –"

नामदेव तुच्छतेने हसून म्हणाला, "हॅट्! त्ये काय मला मारतंय खुडबुळं? आणखी एक हात मोडीन."

"हे असंच बोलणार का कोर्टात?"

नामदेव त्याची कीव केल्यासारखी दृष्टी लावून म्हणाला, "तुम्हाला काय खूळ लागलंय का काय? ह्ये मी आपलं वकील म्हणून तुमाला खरं सांगितलं. सप्पय खोटं सांगाय हे काय कोर्ट न्हाई."

"असं."

"व्हय... तर ह्ये काम हाय. एवढं चालवायचं. दुसरं काय न्हाई."

"चालवू की!"

असं बोलून नाना मनाशी विचार करीत राहिला. म्हणजे हा दिवाणी दावा नव्हता. चांगलं फौजदारी खटलं होतं आणि फौजदारी खटल्यात तर पैसा दाबून मिळतो. दिवाणीपेक्षा दसपटीने मिळतो. शिवाय एखाद्या वेळी पक्षकार खूश होऊन बक्षीस देतो, ते वेगळंच. असले फौजदारी काम असलेला पक्षकारच आपल्याकडे पहिल्यांदा चालून यावा, याबद्दल नानाला मनातून धन्यता वाटली. पण मागाहून तो गंभीरपणे विचार करीत राहिला. हे काम जिंकण्यासारखे आहे, असे त्याला मनातून वाटेना. नामदेवाने जी हकिकत सांगितली होती, तिच्यावरून हे स्पष्ट दिसत होते की, त्याच्या विरुद्धचा पुरावा बळकट होता. नामदेव निर्दोष सुटण्याची शक्यता फारशी दिसत नव्हती. चार-दोन महिन्यांची तुरुंगाची हवा तो नक्की खाणार. मग असे जर असेल, तर त्याचा आपल्या धंद्यावर किती वाईट परिणाम होईल? आपल्या पक्षकाराचे काय व्हायचे असेल ते होवो; पण आपली पहिलीच केस जर अयशस्वी झाली, तर उद्या आपल्याकडे कोणी ढुंकूनसुद्धा पाहणार नाही. छे:! ही अशी सुरुवात काही खरी नाही.

मान हलवीत नाना विचार करीत राहिला. म्हणाला, ''नामदेवराव, हे काम अवघड आहे.''

नामदेव हसून म्हणाला, ''हॅट्! त्यात काय अवघड हाय? तुम्ही चालवा तर खरं काम.''

''अरे, पण साक्षीदार फार आहेत तुझ्याविरुद्ध. प्रत्यक्ष बघितलेले. मारण्याचा हेतू उघड आहे –''

''असू द्या. तुमी चालवा तर खरं.''

''पण मारामारी –''

''नसलं तुमाला पटत तर मी जातो दुसऱ्या वकिलाकडं. उगी किटकिट करू नगासा –''

काम तसे अवघड होते हे तर खरेच; पण नाना त्याची वाच्यता पुन:पुन्हा करीत होता, याचे आणखी एक कारण होते. काय वाटेल ते होवो, ही केस आपण सोडायची नाही, असे तो मनाशी ठरवीत होता. खुद्द पक्षकाराला त्याची खातरी वाटत होती, तर मग वकिलाला भ्यायचे काय कारण होते? अगदीच काही नसल्यापेक्षा एखादे काम हाती असलेले वाईट नाही. त्याचा निकाल काय लागायचा तो लागो सावकाश, पण तूर्त चार-दोन तारखा पडतील, खर्चाला पैसे मिळतील, पुष्कळ झालं. तेव्हा काम अवघड आहे हे म्हणून ठेवले म्हणजे चार पैसे जास्ती मिळतील. आपणही विशेष कौशल्य दाखविले असा पक्षकाराचा समज होईल आणि हा समज होणे, हे तर धंद्याच्या दृष्टीने अगदी आवश्यक.

हे सगळे विचार नानाच्या मनात भर्रदिशी येऊन गेले. म्हणून तो उठू लागलेल्या नामदेवाला खाली बसवत खालच्या आवाजात म्हणाला, ''अहो, असं काय करताय? घेतलं तर आहेच काम. अवघड आहे एवढंच सांगतोय नुसतं.''

''आसं. आसं.''

''हे बघ गड्या, साक्षीदाराची उलटतपासणी घेण्यावर खटलं अवलंबून आहे. त्याच्या जबानीतल्या फटी हुडकाव्या लागतील.''

''हुडका की फटी. दाबून हुडका.'' नामदेव बोलला.

''एकेकाची भंबेरी उडवावी लागेल.''

''उडवा की – चांगलं आभाळात उडवा एकेकाला.''

''जबान्या खोट्या पाडाव्या लागतील.''

''पाडून टाका.''

''कायदा फार वाचून दाखवावा लागेल.'' नानाने ठोकून दिले.

''फाडफाड वाचून दाखवा. माजं काय म्हननं न्हायी.''

''मग त्या मानाने फी द्यायला पाहिजे.''

हे ऐकल्यावर नामदेवाने कान ताठ केले. तो हसून म्हणाला, "हे असं काय बोलू नगा आं. फीचं कलम जरा बेतानं लावा."

पैशाच्या बाबतीत कुणीही झालं तरी चिकटच असतो, हे नानाला कळत होतं. म्हणून तो बेरकीपणाने म्हणाला, "त्यातल्या त्यात घेऊ बेतानं. पण काय देणार ते तर बोल. उक्तंच घेऊन टाकावं काम."

"उक्तच घ्या. म्हंजे मला बी किटकिट न्हायी. बरं, किती घेणार तुमी?"

नानाने बराच वेळ विचार केला. आपली अब्रू न जाता कमीत कमी आपण किती घ्यायला पाहिजेत, याचा मनातल्या मनात हिशेब केला. शेवटी त्याने सांगितले, "उक्ते शंभर घेईन. जास्त काही सांगत नाही तुला."

शंभर रुपये हा आकडा ऐकल्यावर एखादा विंचू चावल्यावर माणूस जसा ओरडावा तसा नामदेव मोठ्यांदा ओरडला. इतक्या मोठ्यांदा की, नाना घाबरून एकदम मागे तक्क्यावर आदळला.

"शंभर रुपयं?"

"होय. का जास्त झाले काय?"

"हॅट राव! तुमी तर एखाद्या फस्कलास वकिलाचाच दर सांगितला की!" हा उल्लेख पुन्हा नानाला झोंबला. पण पुन्हा राग गिळून तो म्हणाला, "मग किती रुपये द्यावेत, अशी इच्छा आहे तुझी?"

"धा रुपये."

"दहा?"

"हां, धा रुपयं. नऊ बी नव्हं आन् आकराबी नव्हं."

नाना रागावून ओरडला, "मला जरूर नाही तुझ्या कामाची!"

"मर्जी तुमची. मग जातो मी." असं म्हणून नामदेवाने शांतपणाने डोक्याला पटका गुंडाळला आणि तो उठला. दारापर्यंत गेला. पाठीमागे अजिबात वळून न बघता सावकाशपणे चालत तो दाराशी गेला.

नामदेवाने पायात वहाणा घातल्या आणि तो खरोखरीच जायला निघाला, हे बघून नानाचा धीर खचला. नाही पैसे तर नाही, निदान आपलं कौशल्य तर दिसेल सगळ्यांना. एक खटला आपल्या नावावर होईल, असा शेवटी विचार करून तो म्हणाला, "बरं... बरं, इकडं तर ये. काही जुळवून तरी घेऊ."

"धा रुपयं म्हंजी धा रुपयं. त्यात काय कमी दिलं तर कान धरा माजा." असे म्हणून नामदेव वहाणा काढून परत ओसरीवर येऊन बसला. बोलला, "बोला."

"निदान पंचवीस रुपये?"

"आता पुन्हा का पागूळ लावाय लागलात? धा म्हंजी धा. एकदा बोलला न्हवं?"

नामदेवाने पुन्हा उठण्याची हालचाल केली, तेव्हा नाना दबकला. त्याने

आणखी काही रक्कम कमी करून सांगितली. नामदेव परत उठला. नानाने पुन्हा त्याला खाली बसविले. असा प्रकार चार-दोन वेळा झाला आणि अखेरीला तडजोड झाली. पंधरा रुपयांवर कांडकं तुटलं. नामदेवाने कनवटीचे पैसे काढून मळक्या नोटांतून पंधरा रुपये मोजून दिले. नानाने वकीलपत्रावर त्याची सही घेतली. सगळी कबुली झाली आणि नामदेव वहाणा घालून निघून गेला.

प्रकरण चौकशीला आठ दिवसांनी निघणार होते. नानाने मोठ्या खुशीने कोरी करकरीत डायरी काढली आणि मोठ्या हौसेने तिच्यात पहिलीच तारीख टिपली.

मग कायद्याची पुस्तकं काढून लगेच ती वाचण्यात तो गुंग होऊन गेला.

आठ दिवस गेले.

या आठ दिवसांत नानाने अविश्रांत मेहनत घेतली. फौजदारी कायद्याची कलमे तो अक्षरश: कोळून प्याला. सगळ्या कोर्टातले या संदर्भातले निकाल त्याने चाळले. पाच-पंचवीस ताव नासून मुद्दे काढले. साक्षीदारांच्या नकला मागवून काळजीपूर्वक वाचल्या. त्यातल्या त्याला वाटणाऱ्या कच्च्या जागा हेरून त्यांची नोंद केली. जुन्या वकिलांकडे जाऊन त्यांचा सल्ला घेतला. नामदेव जाधव हा इसम गुन्हेगार नाही, त्याने मारामारी केली नाही हे विधान त्याने इतक्या व्यवस्थितपणे कागदावर सिद्ध केले की, खुद्द नामदेवाला वाचता येत असते तर त्यानेही ते वाचून तोंडात बोट घातले असते. फार काय, नामदेवाने आपल्याला मारलेले नाही असे स्वत: यशवंता लव्हारानेही आपखुशीने कबूल केले असते!

नानाने आपल्या केसची अशी जंगी तयारी केली. आठ दिवस गेले आणि मॅजिस्ट्रेट एकदम गावाला गेल्यामुळे चौकशीची तारीख लांबली. आणखी पंधरा दिवसांनी पडली.

नाना मनात थोडा खट्टू झाला. पण तारखेला आलेल्या नामदेवाला कोर्टात म्हणाला, "तू काही काळजी करू नकोस. मी व्यवस्थित करतो.''

नामदेव बिडी ओढत बोलला, "हजर व्हावा तारखेला म्हंजे झालं.''

"नुसतं हजर काय, कसं काम चालवितो ते तर बघ.''

"करा काहीतरी म्हंजी झालं.''

एवढं बोलून नामदेवाने नानाचा निरोप घेतला. त्याने आपल्या कामात विशेष उत्सुकता दाखविली नाही हे बघून नाना मनात हिरमुसला. आपण कशीकशी तयारी केलेली आहे, याचे सायसंगीत वर्णन आपल्या पक्षकाराला ऐकविण्याची त्याची इच्छा होती. पण त्यालाच त्यात रस दिसला नाही हे बघून तो गप्प बसला. थोड्या वेळाने त्याला पटले की, नामदेवाची यात काही चूक नाही. आपल्या कायद्यांतील क्लिष्ट गोष्टी त्याला बिचाऱ्याला काय कळणार? त्याला त्यात गोडी वाटणार नाही हे अगदी बरोबर आहे. कुणीकडून तरी निकाल आपल्यासारखा व्हावा आणि आपण निर्दोष म्हणून सुटावे, एवढीच त्याची इच्छा असणार. बाकीच्या गोष्टींत त्याला डोकं

घालून करायचंय काय?

नानाला हे मनोमन पटले आणि पुन्हा नामदेवाजवळ तो काही बोललाच नाही. मिळालेल्या पंधरा दिवसांत त्याने आणखीन तयारी केली. कुस्ती नेमलेल्या तारखेच्या आधीच तयार झालेल्या पैलवानाप्रमाणेच तो फुरफुर करू लागला. भेटेल त्याच्याशी या केसची चर्चा करू लागला.

पंधरा दिवस असे गेले आणि मग ठरलेल्या तारखेला विरुद्ध बाजूचा वकील गैरहजर राहिला. पुन्हा तारीख पडली. मग एकदा साक्षीदार आजारी पडले, तर कुठे फिर्यादीलाच वेळेवर मोटार मिळाली नाही. कधी कोर्टाला अचानक सुट्टी पडली. केव्हातरी दुसरेच काम इतके लांबले की, या कामाला कुठं अवधीच मिळाला नाही. एकदा सगळ्या गोष्टी जमल्या. फिर्यादीची जबानी झाली आणि साक्षीला सुरुवात झाली, तर नानाच आजारी पडला – आणि कोर्टाला पुन्हा नाइलाजाने मुदत द्यावी लागली.

या दरम्यान नानाची आणि नामदेवाची फारशी मुलाखतच झाली नाही. चुकून केव्हातरी दोन-पाच मिनिटे कोर्टात गाठ पडली तेवढीच. जणू आपलं काही विशेष काम नाहीच, अशा थाटात तो नानाशी ओझरतं बोलला आणि निघून गेला. नाना आजारी पडल्यावर मात्र तो एकदा तणतण करीत नानाच्या बैठकीत आला आणि म्हणाला, "हे काय राव, तुमी घोटाळा केलात!"

नाना गांगरून म्हणाला, "का, काय झालं?"

"आजारी काय पडलात? कशी लांबण लावलीत कामाची? एवढ्यात चौकशी कम्प्लीट होऊन निकाल लागला असता आन् सुटून मी मोकळा झालो असतो."

नामदेवाच्या या जबरदस्त आशावादीपणाने नानाला तशाही अवस्थेत हसू आले.

"आता आजारी पडणं, न पडणं काही हातात आहे होय माझ्या? तुझी पण कमाल आहे गड्या. इतक्या तारखा पडल्या, त्यात आणखी एक तारीख. बरं, तारखेला पैसे ठरलेत असंही काही नाही. मग एवढा आरडाओरडा का करायला लागला आहेस?"

"तसं नव्हं, पण माणूस अडकून ऱ्हातं न्हवं का?"

"राहू दे."

"बरं, आता पुन्हा आजारी पडू नगा आन् म्होरल्या तारखेला हजर ऱ्हावून एक जोरदार आरगुमेंट करून टाका म्हंजे झालं."

एवढे बोलून नामदेव उठला आणि निघून गेला.

अशी नाना कारणे घडली आणि चौकशीला नंबर लवकर आलाच नाही. दोन महिने यातच गेले. या दोन महिन्यांत सबंध केस आणि आपले मुद्दे, आर्ग्युमेंट नानाला तोंडपाठ व्हायची वेळ आली. दहा-वीस कोर्टांतले खालचे-वरचे निकाल तो

घडाघडा म्हणून दाखवू लागला. साक्षीदारांच्या जबानीतील वाक्यन्‌वाक्य त्याला पाठ झाले. कायद्याच्या कलमांचा अगदी पिट्टा पडला आणि मग ठरल्या तारखेला नामदेवाचे खटले कोर्टात उभे राहिले. चौकशी झाली.

चौकशीच्या दिवशी नानाने उत्तम पोशाख केला आणि पिशवीभर कागद आधार म्हणून बरोबर घेऊन तो कोर्टात गेला. बाररूममध्ये येऊन बसला.

नामदेव त्याची वाट बघत व्हरांड्यात बसला होता. बिडी फुंकत होता. नानाला बघितल्यावर त्याने हसरा चेहरा केला. लगबगीने जवळ येऊन तो म्हणाला, ''प्रत्येक साक्षीदाराला इचारा बरं का काय तरी.''

त्याच्या अडाणीपणाचे नानाला हसू आले. गेले दोन महिने तो अविश्रांतपणे या केसची जुळवाजुळव करीत होता. पुराव्यातले प्रत्येक वाक्यन्‌वाक्य त्याने मनात टिपले होते. आता त्यात काही चूक होण्याची शक्यता नव्हती आणि हा वेडा म्हणत होता की, प्रत्येक साक्षीदाराला काहीतरी विचारा म्हणजे झाले. अरे, काहीतरी विचारा काय? चांगला उलटासुलटा करून टाकतो ना एकेकाला सगळ्यांच्यासमोर. कोर्ट, वकीलमंडळी, सगळे कसे गारीगार झाले पाहिजेत. ज्याने त्याने माझं नाव घेतलं पाहिजे... पण हे सगळं त्याला सांगण्यात काय अर्थ होता?

नाना म्हणाला, ''सगळं करतो. काही काळजी करू नकोस.''

''आन्‌ आरगुमेंट दाबून करा म्हंजी झालं.''

''होय बाबा, करतो. त्याशिवाय खटलं संपेल कसं?''

''करा म्हंजी झालं.''

एवढा संवाद झाला आणि नामदेव पुन्हा व्हरांड्याकडे गेला. बिडी ओढत बसला आणि नाना भली दांडगी पिशवी वागवीत बाररूमकडे गेला.

ठरलेल्या वेळी चौकशी सुरू झाली आणि नानाने अगदी दंगा उठवून दिला. प्रत्येक साक्षीदाराची त्याने कसून उलटतपासणी घेतली आणि प्रश्नांचा असा उलटसुलट भडिमार केला की, बहुतेक बिचारे गांगरून गेले. इतकं करून त्यातून निष्पन्न काही झालं, असं नानाला मनातून वाटलं नाही. शेवटी आर्ग्युमेंटवर तारीख पडली. वकिलांची आर्ग्युमेंट्स झाली, नानाने दोन तास भाषण करून आपल्या पक्षकाराची बाजू पुढं मांडली. त्याच्या एकंदर म्हणण्याचा थोडक्यात आशय असा होता की, बाभूळवाडीत मुळात मारामारी झालीच नाही. झाली असल्यास ती या प्रकरणी मुळीच झाली नाही. या प्रकरणी झाली असल्यास त्यात नामदेव नव्हता. असल्यास त्याने यशवंत लव्हाराला मारलेलंच नाही आणि मारलेलं असल्यास चुकून काय हात पडला असेल तेवढाच. थोडक्यात सांगायचे म्हणजे, नामदेव जाधव हा त्याचा अशील यात संपूर्ण निर्दोष आहे.

दोन तास भाषण करून नानाने वरील मुद्दे कोर्टाला पुन:पुन्हा समजावून दिले.

बोलून-बोलून त्याचा घसा बसला. पण अजूनही बोलावे, असे त्याला वाटतच होते. तथापि, ऐकून-ऐकून खुद्द कोर्टाला जांभया आल्यासारख्या दिसल्या, तेव्हा त्याने आटोपते घेतले. हो, उगीच अनुकूल असलेले मत थोडक्यासाठी प्रतिकूल व्हायचे.

चौकशी संपली. साक्षीपुरावा संपला व वकिलांची आर्ग्युमेंट्सही संपली आणि पुढे दोन दिवसांनी कोर्टाने निकाल जाहीर केला. नामदेव जाधव हा आरोपी संपूर्ण निर्दोष म्हणून सुटला.

निकाल जाहीर होईपर्यंत दोन दिवस नानाला अन्नपाणी गोड लागलं नाही. डोळ्यांत प्राण आणून त्याने निकालाची वाट पाहिली. जणू आपणच आरोपी आहोत आणि आपलाच निकाल लागायचा आहे, या भावनेने निकालाची वाट पाहिली. तो जेव्हा त्याच्या बाजूने लागला तेव्हा अक्षरश: आनंदाने त्याला हर्षवायू व्हायची वेळ आली. आपण केलेली मेहनत अखेरीस फळाला आली, या गोष्टीने त्याला विलक्षण धन्यता वाटली. मनातल्या मनात एखाद्या पतंगासारखा तो सरसर आभाळात गेला आणि तिथनं डुलत-झुलत बघत राहिला.

निकाल लागला त्या दिवशी संध्याकाळी नामदेव भेटायला आला, तेव्हा तर नानाने त्याला कडकडून मिठीच मारली. उराउरी भेटून तो म्हणाला, "काय नामदेवराव, लागला की नाही निकाल आपल्यासारखा?"

नामदेव निकालपत्राची नक्कल काखोटीला मारून म्हणाला, "लागनारच. मी आधीच तुमाला सांगत न्हवतो का की काय अवघड काम न्हायी. तुमी निस्तं या न् काम चालवा. बोललो हुतो का न्हवतो?"

"बोलला होता खरे."

"मग?"

नानाला वाटलं, गडी सध्या खुशीत आहे, तेव्हा याच वेळेला आपण काही बोलून ठेवलं तर योग्य होईल.

"नामदेव, आता पंधरानं भागायचं नाही बरं का. काहीतरी जास्त द्यायला पाहिजे."

नामदेव थंडपणाने नानाकडे बघत म्हणाला, "त्ये कशापायी?"

"तुला कल्पना नाही, मी फार मेहनत घेतलीय या तुझ्या कामात."

"खरं म्हणता काय?"

"आता तुला काय सांगावं!"

असं म्हणून नानाने उभ्या उभ्याच गेल्या दोन महिन्यांत रात्र-रात्र जागून या प्रकरणाचे मुद्दे कसे काढले, कायद्याची शेकडो पाने कशी चाळली, जुन्या वकिलांचा सल्ला कसा घेतला, याची रसभरित कथाच नामदेवाला ऐकविली. त्याला समजेल अशा भाषेत चांगली तासभर ऐकविली. ते एक आणखी आर्ग्युमेंटच झाले.

नाना हे सगळे भडाभड बोलत होता आणि नामदेव मध्ये एक अक्षरही न बोलता त्याच्याकडे 'आ' करून पाहत होता. त्याच्या तोंडावर आश्चर्य पसरले होते.

नानाचे सगळे बोलणे संपले. तो थकून खाली बैठकीवर बसला. म्हणाला, "बघितलंस? आणि तू मला दिलेस किती, तर पंधरा रुपये!"

नामदेव नाराजीच्या मुद्रेने त्याच्याकडे बघत राहिला होता. तो म्हणाला, "इतकं आरगुमेंट आन् इतका घोळ घातलात का तुमी?"

नाना फुशारकीने म्हणाला, "तर मग –!"

"आन इक्ते पाइंट काडले हुते का?"

"मग सांगतो काय तुला?"

"अराऽ राऽरा –"

नामदेवाने आणखी चेहरा वाकडा केला. थोडा वेळ थांबून नानाची निर्भर्त्सना करण्याच्या सुरात तो म्हणाला, "पण कशापायी मेहनत घेतली एवढी तुमी?"

नाना त्याच्याकडे बघतच राहिला.

"आता साहेब बोंबलणार माझ्या नावानं."

नानाला काही अर्थबोधच झाला नाही. चकित होऊन त्याने विचारले, "कोण साहेब?"

"दुसरं कोण? मॅजिस्ट्रेटसाहेब. आपला निकाल दिलेले."

नाना आणखीन चकित झाला. त्याने डोळे विस्फारले.

"त्यांचा इथं काय संबंध?"

त्याच्या बोलण्याकडे दुर्लक्ष करून नामदेव पुढं बोलला, "इक्ती काय जरवर नव्हती ढोरमेहनत घ्यायची. सरळ सुतात काम हुतं."

"म्हणजे काय?"

"साहेबानं मला बजवून सांगितलं हुतं की, माझ्या डोक्याला तरास देणारा वकील आनू नगंस. बेताने काम करनारा आन. म्हंजी तुला बी सस्तात पडंल. काय?... म्हणून तर म्यां तुमाकडं आलो."

अजूनही नानाला नीट कळले नाही. तो म्हणाला, "म्हणजे?"

नामदेवाने खिशातली बिडी काढून पेटविली. तिचे चार-दोन झुरके घेतले. मग धुराचा लोटच्या लोट नानाच्या तोंडावर सोडून तो म्हणाला, "आता काय सांगावं तुम्हाला?... साहेब म्हनला की, कुणीकडनं तरी एक वकील उभा कर माज्या म्होरं म्हंजे झालं. नवीन वकील आन म्हंजे लई गडबड करनार न्हायी त्यो. फुडचं माजं मी येवस्थेशीर करतो. येवढं समदं ठरलं आन् मंगच रुपये पाचशे दिलं म्यां साहेबाला!"

■

तीन

भीमूच्या कोंबड्या

भीमू बुरूड हा आडमाप अंगाचा, तिरपगड्या डोक्याचा आणि महा इब्लिस माणूस होता. बुरडाच्या जातीत जन्माला येऊनसुद्धा बांबूचे आणि त्याचे फारसे सख्य नव्हते. बांबू कापून त्याच्या टोपल्या करण्यापेक्षा तसाच्या तसा तो कुणाच्या तरी पाठीत घालणे, ही गोष्ट त्याला जास्त आवडत असे. घरचा पिढीजात धंदा तो फारसा कधी करीत नसे. केलाच तर चार-आठ दिवस उगीच आपली गंमत म्हणून करी. एरवी देवळाच्या कट्ट्यावर, पारावर, चावडीत बसून नाना प्रकारच्या उचापती करण्यात तो नेहमी गुंग असे. अगदीच मोकळा असला तर गप्पा हाणीत बसे. याला पालथे घाल, त्याला थुका लाव, यात त्याचा दिवसातला बराच वेळ जाई. उरलेल्या वेळात तंबाखूची गुळणी तोंडात भरून तो कुठेतरी गच्च बसलेला असे. आता आणखी कुणाला टांग मारावी, याचा विचार त्याच्या डोक्यात अशा वेळी चाललेला असे.

एकदा भीमूने नेहमीप्रमाणे चार दिवस घरचा धंदा केला. मग एकाएकी तो सोडून देऊन तो निवांत बसून राहिला. डाव्या हाताच्या तळव्यावर घेतलेली तंबाखू उजव्या हाताने मळीत, तिला चुना लावीत तो तासन्तास बसून राहिला. डोळे मिटून काही नवा बेत ठरवू लागला.

दोन दिवस त्याने असा विचार केला. संध्याकाळी कट्ट्यावर बसून गप्पा हाणता -हाणता तो आपल्या दोस्ताला म्हणाला, ‘‘सोमा, या धंद्यात काय चव ऱ्हायली न्हाई गड्या.’’

सोमाला हे वाक्य पाठ होते. एखादा नवा धंदा सुरू करायचा बेत भीमूने केलेला आहे, एवढाच या वाक्याचा अर्थ असे. दर दोन-एक महिन्यांनी हे वाक्य भीमूकडून ऐकायचा प्रसंग सोमावर येत असे. म्हणून आज तो काही बोललाच नाही. उत्तर न देता गपचिप बसून राहिला.

भीमूही थोडा वेळ थांबला, लांबवर दृष्टी टाकीत

इकडे-तिकडे बघत राहिला. मग एकाएकी तो म्हणाला, "सोमा गड्या, ठरलं माजं!"

गपकन तंबाखू गिळून सोमा आश्चर्याने म्हणाला, "ठरलं?"

"हां."

"काय ठरलं?"

भीमूने तंबाखू थुंकली. तसाच पुढे सरकून कानात एक बोट घालून तो आतल्या आत हलवीत म्हणाला, "कोंबड्या पाळायच्या ठरलं."

सोमाला धक्काच बसला. भीमूने किंवा त्याच्या बापजाद्याने आजपर्यंत कधी हा धंदा केलेला नव्हता आणि एकाएकी हे काय याच्या मनात आले?"

"कोंबड्या पाळायच्या म्हनतोस?"

"मग तुला काय वाटतं, डुकरं पाळायची म्हनतो मी? हॅट! त्ये लेका वडाराचं काम! आपलं न्हवं." असं म्हणून भीमू हसला. वर चढलेल्या गालात त्याचे बारीक डोळे बुडून गेले.

"खरं म्हनतोस काय?"

"व्हय."

"का बरं?"

"लई प्राफीट हुतो म्हनत्यात."

"मी तर काय म्हनत न्हाई, हां गड्या."

"का रं?"

तक्रारीच्या सुरात सोमा म्हणाला, "तुजं आपलं काय तरीच असतं. घेतलं एक डोस्क्यात म्हंजे एकच. आता कोंबडीच्या, तुला कोंबड्यांतलं काय तरी म्हाईत हाय का? सांग."

"नसंना. हुईल हळूहळू. काम कामाचा गुरू."

सोमाला हसू आले. हा कशाचा काम करणार आणि नवीन ज्ञान मिळविणार? ही एक लहर आहे झालं याची. फुकट पाच-पन्नास रुपये नासून टाकील आणि टाळ्या वाजवीत पुन्हा कट्ट्यावर येऊन बसेल....

सोमाने मान हलविली.

"ल्येका, कोंबडीचा धंदा सुकाचा न्हाई. लई ताप आसतो. दिवसभर उसाभर करावी लागती त्येंची."

भीमूनेही मान डोलवली.

"करू की आपन."

"जोपासना करावी नीट तवा अंडी मिळत्यात. कोंबड्या बी बाजारात चांगल्या किमतीला जात्यात. पन त्ये काय खरं नसतं. रोगडा येतो. आजारत्यात. तुला

त्यातला काय अनुभव हाय का?''

सोमाने सांगितलेली ही गोष्ट खरीच होती. कोंबड्या पाळण्याचा धंदा वाईट नव्हता. अंड्यांचे पैसे म्हणजे मीठमिरचीला कायम उत्पन्न असते. बाजारात विकली तर चांगल्या कोंबडीला किंमतही चांगली येते. या सगळ्या गोष्टी खऱ्या होत्या. पण इतर गोष्टीही पुष्कळ जमेला धरायला पाहिजे होत्या. गावात काही भीमूच पहिल्यांदा हा उद्योग करून पाहणारा होता, अशातली गोष्ट नव्हती. पुष्कळ लोकांनी हा उद्योग करून बघितला होता; पण कुणाच्या कोंबड्या कोल्ह्या-कुत्र्यांनी पळविल्या होत्या, कुणाच्या माणसांनी चोरल्या होत्या. कधी गाडीखाली, मोटारीखाली सापडून मेल्या होत्या, तर कधी रोग येऊन खलास झाल्या होत्या. बहुधा सगळ्यांना नुकसानच आले होते. कोंबड्या एकदा आजारल्या म्हणजे तर फारच वाईट काम. एका कोंबडीत रोग शिरला म्हणजे पटापटा बाकीच्या कोंबड्याही लागून पडतात आणि एक दिवशी मग सगळ्याच माना मुरगळून भुईवर निजतात. सगळाच्या सगळा बारदाना एका दिवसात खलास होतो. खर्चासकट भांडवल गडप होऊन जाते....

सोमाने सरळपणाने या सगळ्या गोष्टी भीमूला पटवून द्यायचा प्रयत्न केला. नाना परीने त्यातले खाचखळगे समजावून दिले. पण भीमूने काही आपला हेका सोडला नाही. कपाळाला आठ्या घालून तो नाराजीने म्हणाला, ''मला काय तू न्हानगं पोर समजतूस काय? आरं, केलं म्हंजी होतं. हुईल समदं येवस्थेशीर.''

''आजारल्या कोंबड्या आन् मेल्या पटाटा म्हंजे हुईल येवस्थेशीर!''

''हूं दे.''

''हूं दे तर हूं दे! माजं काय जातंय? कर जा, जा!''

''एवढे बोलून सोमा कट्ट्यावरून उठला आणि घराकडे गेला. भीमू तिथेच अंधारात बसून राहिला. डोळे बारीक करून आणि गुडघ्यांना मिठी मारून विचार करीत राहिला.

थोड्या वेळाने तोही उठला आणि घराकडे गेला.

दोन-तीन दिवस असे गेले आणि भीमूच्या घरात पाच-सात कोंबड्या आल्या. क्वाऽक् क्वाऽक् करीत सगळ्या आळीतून हिंडू लागल्या. त्यांच्या आवाजाने सगळी गल्ली दणाणून गेली. लोकांची डोकी उठली. पण काही झाले तरी त्या भीमूच्या कोंबड्या होत्या. त्यांना हात लावायची कुणाची ताकद नव्हती. लोकांनी डोके उठते अशी तक्रार केली असती, तर ती दुखणारी डोकी भीमूने एखाद्या वेळी बांबूने सडकून सरळ केली असती. म्हणून कुणीही तक्रार केली नाही. भीमूने त्यांच्यासाठी कुंपण केले नव्हते; धड खुराडी केली नव्हती. त्यामुळे या कोंबड्या सगळीकडे हिंडत आणि कुत्री त्यांच्या पाठीमागे लागत. शेजारच्या एकाच्या कुत्र्याने चुकून एक कोंबडी मारली, तेव्हा भीमूने आकाश-पाताळ एक केले. बराच आरडाओरडा केला. तेव्हा

शेजाऱ्याला दुप्पट खर्च आला. भीमूला चार रुपये रोख द्यावे लागले आणि रोग झालेली कोंबडी मटकावल्यामुळे आपल्या कुत्र्याला औषधपाणी करीत बसावे लागले.

मग भीमूच्या कोंबड्यांच्या वाटेला कुणी गेलेच नाही. लोक नुसते मागून म्हणत राहिले, "ह्यो एक नवाच पाइंट काढलाय भीमूनं आजकाल. समद्या आळीला काव आनलाय."

पण भीमूने लोकांच्या बोलण्याकडे लक्षच दिले नाही. कुठून-कुठून त्याने कोंबड्या जमविल्या. आठ-चार दिवसांत चांगल्या पंधरा-वीस गोळा केल्या आणि त्यांना दाणापाणी घालीत, तो कुठेही बसू लागला. कधी घरापुढच्या अंगणात, कधी मोकळ्या बखळीत, तर कधी चावडीपुढच्या पटांगणात. भीमू आपला कोंबड्या घेऊन कुठेही बसलेला असायचा. त्यांची गंमत पाहत राहायचा. मधून-मधून पिशवीतले जोंधळे समोर फेकायचा. दाणे खाली पडले की, सगळ्या कोंबड्यांचा थवाच्या थवा तिकडे पळत जाई. आपसांत भांडणे होत आणि माना खाली घालून सगळ्या दाणे टिपीत राहात.

दोन-चार दिवसांत भीमूने इकडे कोंबड्यांचा दंगा उसळून दिला होता, तरी सोमा तिकडे बिलकूल फिरकला नव्हता. शेतकीच्या कसल्या ना कसल्या कामात तो होता. पण त्याच्या कानांवर सगळी बातमी आलेली होती. भीमूने दहा-बारा कोंबड्या गोळा केलेल्या आहेत आणि त्यांच्याशी तो उगीच खेळत बसलेला असतो, हे सगळीकडे झालेलं होतं.

अगदी सकाळी जेव्हा सोमाचा भाऊ म्हणाला, "तुज्या दोस्ताच्या कोंबड्या बगितल्या न्हाईस वाटतं अजून?"

तेव्हा सोमा आश्चर्याने मान हलवून म्हणाला, "न्हाई बा. का रं?"

"बघण्यासारक्या हायेत. एकदा बगून ये."

सोमाला काही अर्थबोध झाला नाही. 'आ' करून तो थोरल्या भावाकडे बघत राहिला. आपल्या भावाला काय म्हणायचे आहे, हे त्याला नीट कळले नाही.

"काय, झालं काय?"

"एकजात नामांकित बेणं हाय. तू बग तर खरं!"

इतके झाले, तेव्हा सोमा उठला आणि भीमूचा तपास करीत हिंडू लागला. या वेळी भीमू गावाजवळच्या मोठ्या रस्त्यापाशी बसला आहे, असे त्याला कळले. तेव्हा तो मोठ्या रस्त्याकडे गेला.

नुकतीच सकाळ झाली होती. अजून उन्हे झाडाच्या शेंड्यांवर पडत होती. गार वारं सुटलं होतं. जिकडे-तिकडे कामाची घाई उसळली होती. न्याहाऱ्या आटोपून माणसे रानाकडे निघत होती आणि गावाला लागून असलेल्या मोठ्या रस्त्याजवळ भीमू नवा तङ्ग्या करीत बसलेला होता. त्याच्या कोंबड्या इकडे-तिकडे उगीचच

फिरत होत्या. लालभडक तुरा असलेल्या नराच्या पाठीमागे पळत होत्या आणि भीमूने दाणे टाकल्याबरोबर एका जागी धावत होत्या.

सोमाने कोंबड्यांकडे एकदा दृष्टी टाकली आणि त्याला एकदम हसूच आले. इतके हसू आले की, त्याच्या पोटात दुखू लागले आणि तो गपकन खालीच बसला.

हसण्याचा आवाज ऐकून तट्ट्या करता-करता भीमूने मान वर करून पाहिले. सोमाकडे बघून त्याने विचारले, ''का रं, हसाय काय झालं तुला?''

''काई न्हाई....''

असं म्हणून सोमा पुन्हा हसला. त्या रोगट, खरजुल्या किडमिडीत कोंबड्यांकडे पाहत थांबला. म्हणाला, ''तुज्या कोंबड्या बगाय आलतो.''

''मग बग की.''

''बगितल्या.''

''कशा हायती?''

''नामांकित हायेत. सर्गामधल्या इंद्राच्या दरबारातसुदिक आसल्या कोंबड्या नसत्याल!'' असे म्हणून सोमा पुन्हा फसकन हसला.

भीमू कपाळाला आठ्या घालून म्हणाला, ''चेष्टा करतोस व्हय रं माजी?''

''चेष्टा न्हाई करत.''

''मग सांग, कशा काय हायेत?''

''एकदम फसक्लास.''

''खरं?''

भीमूने वारंवार चौकशी चालविली, विचारणा केली तेव्हा सोमाने खाली रस्त्यावरच बैठक मारली. थोडा वेळ थांबून तो म्हणाला, ''भीमू, गड्या तुला येड तर न्हाई लागलं?''

''का, काय झालं?''

''ह्या रं कसल्या कोंबड्या? समद्या वाड्यावस्त्यांवरचा उतारा तिवडा आनलास व्हय हुडकून?''

''आरं, पर झालं काय?''

''कुटल्या-कुटल्या जमिवल्यास कुनाला म्हाईत. एकदम नंबरी माल आनलायस मर्दा तू!'' असे म्हणून सोमाने भीमूची पुष्कळ टिंगल केली. भीमूने घेतलेल्या कोंबड्या खरजुल्या, हाडकुळ्या आणि रोगट कशा आहेत, याचे साग्रसंगीत वर्णन त्याला ऐकविले. शेवटी तो म्हणाला, ''कुटनं आनल्या तू ह्या? कुनी बगून दिल्या तुला ह्यो शेलका माल?''

त्याच्या चेष्टेकडे दुर्लक्ष करून भीमू म्हणाला, ''का बरं? म्या सोताच बगून इकत घेतल्यात.''

“सस्त्यात पडल्या आसतील?”

“व्हय.”

“आनि त्येंच्या जिवावर धंदा करनार हायेस व्हय तू? धन्य हाय बाबा तुजी!”

सोमा एवढेच बोलला आणि मग तो तिथे थांबला नाही. भीमूची आणखी चेष्टा करून तो माघारी फिरला. घरी येऊन त्याने न्याहारी केली आणि पानाला चुना लावीत निवांत बसला.

घटकाभर असा गेला आणि शेजारच्या गड्याने बाहेरूनच सोमाला हाका मारल्या, “सोमा! एऽ सोमा!”

तंबाखू तोंडात टाकून सोमा गडबडीने म्हणाला, “ओऽ – का वो?”

मग भिंतीवरनं डोकं वर काढून शेजारी म्हणाला, “तुमच्या दोस्तानं कहार मांडलाय तिकडं रस्त्यावर आन् तुमी म्हाराज हितंच का आजून?”

हे ऐकून सोमा चकित झाला. म्हणाला, “का, काय झालं आणकीन”

“मरता-मरता वाचला की तुमचा भीमू!”

“आँ?”

“व्हय तर!”

“आरं, पर झालं काय?”

सोमाच्या या प्रश्नाला उत्तर म्हणून जी माहिती शेजाऱ्याने सांगितली, ती अशी होती : पंधरा-वीस मिनिटांपूर्वीच मालाने गच्च भरलेली एक लॉरी रस्त्यावरून भरधाव आली. भीमूच्या कोंबड्या रस्त्यावरच फिरत होत्या आणि भीमू काहीतरी काम करीत पलीकडे बसलेला होता. लॉरी भरधाव आली म्हटल्यावर भीमूने कोंबड्या बाजूला पळविण्यासाठी रस्त्यावरच एकदम धाव घेतली. ड्रायव्हरने तेवढ्यात ब्रेक लावला. भीमू पलीकडच्या बाजूला पळाला आणि थोडक्यात निसटला. नाहीतर तो आज लॉरीखाली सापडून मरतच होता... या सगळ्या प्रकारात भीमूच्या तीन कोंबड्या मात्र चाकाखाली चिरडल्या गेल्या होत्या!....

शेजाऱ्याने सांगितलेली ही बातमी ऐकून सोमाला हसावे की रडावे हे कळेना. थोडा वेळ थांबून त्याने विचारले, “मग आत्ता काय चाललंय तिथं?”

“ड्रायव्हरला धरून ठेवलंय भीमूनं. कोंबड्या भरून दे म्हणतोय, चाललाय घोळ मगापासनं.”

“तरी मी त्याला सांगत हुतो....”

एवढे बोलून सोमा घाईघाईने उठला. खुंटीवरचा पटका त्याने कसाबसा डोक्याला गुंडाळला आणि लगबगीने तो रस्त्याकडेच गेला.

मोठ्या लांबलचक रस्त्यावर एक भलीमोठी लॉरी उभी होती. आसपास दहा-वीस माणसे गर्दी करून उभी होती. निरनिराळे आवाज निघत होते. गोंधळ चालला

होता. काहीतरी बाचाबाची सुरू होती, हे लांबूनही समजत होते.

सोमा भराभरा चालत रस्त्यावर पोहोचला तेव्हा भांडण अगदी हातघाईवर आल्याचे त्याला दिसले.

ड्रायव्हरचा हात भीमूने घट्ट धरून ठेवलेला होता आणि तो म्हणत होता, "त्ये काय न्हाई, माज्या कोंबड्या मला परत पाहिजेत!"

ड्रायव्हर हात सोडवून घ्यायचा निष्फळ खटाटोप करीत उत्तर देत होता, "कोंबड्या मेल्या चाकाखाली; पार चेंदामेंदा झालाय. आता त्या कोंबड्या मी कुठून आणून देऊ?"

"कुटून बी आनून दे. मी काय सांगू?"

सोमा गर्दीत घुसला. त्याने बघितले तो, खरेच रस्त्यावरच्या मातीत मांसाचे गोळे पडले होते. चाकाबरोबर घासत पुढे गेले होते आणि तांबड्याभडक रंगाचे दोन-तीन पट्टेच्या पट्टे रस्त्यावर उमटले होते. चाकेही लालभडक दिसत होती. बघणाराला अगदी चमत्कारिक वाटत होते.

सोमा गर्दीच्या मध्ये येऊन म्हणाला, "आरं, काय झालंय काय?" त्याच्या सुरावरून ड्रायव्हरला वाटले, या गर्दीत हा एक तरी माणूस जरा समंजस दिसतो. आपले गाऱ्हाणे याला सांगावे म्हणजे हा तरी भांडण सोडवील.

मग सोमाकडे तोंड करून तो म्हणाला, "आता तुम्हीच बघा गंमत. ब्रेक लावले म्हणून बरं झालं. नाहीतर यांनाच दुखापत झाली असती काहीतरी."

भीमू गुरगुरून त्याच्या अंगावर धावला.

"तर! मेहेरबानगी केलीत आमाला मारलं न्हाई त्ये!"

त्याच्या बोलण्याकडे दुर्लक्ष करून ड्रायव्हर काकुळतीच्या सुरात बोलला, "आता या गडबडीत मेल्या दोन-तीन कोंबड्या ही गोष्ट खरी; पण त्याला मी काय करू?"

"काय करू म्हंजे? भरून दे!"

आसपास जमलेल्या लोकांनाही ही गोष्ट पटली. ड्रायव्हरने काहीही सांगितले म्हणून काय झाले? गाडीखाली कोंबड्या मेल्या होत्या ही गोष्ट खरी होती. त्या कोंबड्या भीमूच्या होत्या हीही गोष्ट खरी होती. तेव्हा त्यांची किंमत भरून देणे, हे अगदी योग्य होते. भीमूची ही मागणी अगदी रास्त होती. शेवटी सोमा म्हणाला, "ह्ये ड्रायव्हरसाहेब, तुमी चुकून करा न्हाई तर मुद्दाम करा. कोंबड्या मेल्या, नुस्कान झालं, यवडी गोष्ट खरी. तुमी भरपाई करायला पायजे त्येंची."

सगळ्यांचाच सूर असा पडला तेव्हा ड्रायव्हर नरमला. खालच्या आवाजात तो म्हणाला, "आता घ्या काहीतरी आन् जाऊ द्या आम्हाला. लई खोळंबा झालाय."

आणि त्याने पाच रुपयांची नोट काढून भीमूच्या हातावर ठेवली.

पाच रुपयांची नोट पाहिल्यावर भीमूचे एकदम पित्तच खवळले. नोट खाली

फेकून देत तो ओरडला, "काय भंडारा हाय काय? पाच रुपयांत तीन कोंबड्या मिळतात का कुठं?"

"मी कुटं तसं म्हनतो? पण एवढ्यात मिटवा."

"न्हाई भागायचं."

"काहीतरी समजुतीनं घ्या. असं काय करता?"

"कसली समजूत आलीय बोडक्याची!"

एरवी ड्रायव्हर ही जात अशी असते की, ती कुणाचे काही ऐकून घेत नाही. पण या खेपेला नाही म्हटले तरी तीन कोंबड्या त्याच्या हाताने मेलेल्या होत्या. शिवाय तो त्यांच्या हातात सापडलेला होता. कोंबड्यांचा मालकही आडदांड दिसत होता. त्याच्या डोळ्यांत राग होता, चीड होती, आवाजातही गरमपणा होता. म्हणून शांतपणा धरून ड्रायव्हर पुन्हा बोलला, "चूक झाली माझी. झालं? जाऊ द्या आता मला."

भीमूने आणखीन आवाज चढवला – "नुसती चुकी झालीय म्हणून चालायचं न्हाई. भरून द्या माझ्या कोंबड्या, हं!"

ड्रायव्हरला पेच पडला. तीन कोंबड्या म्हणजे निदान दहा-पंधरा रुपयांचा माल होता. तेवढे नुकसान झाले होते ही गोष्ट खरी होती; पण तेवढे सगळे भरून देणे म्हणजे फारच चाट बसत होती.

"मग कसं करू म्हणता?"

"भरपाई करा. हां. यवढी इलायती कोंबडी मेली माजी. त्येनला परदर्शनात ठिवनार होतो मी, असली लठ्ठ हुती, पर तुमी जिवं मारलीत."

भीमूच्या या गप्पा ऐकून सोमाला मनातून हसू आलं. गंमतही वाटली. चुकून माणूस हाती सापडलेला आहे, तेव्हा त्याचा तो भरपूर फायदा घेणार हे उघड दिसत होतं. त्याच्या कोंबड्या प्रदर्शनात ठेवण्याच्या लायकीच्याच होत्या, ही गोष्ट अक्षरशः खरी होती. पण आता कोण बोलणार? त्या मेल्या होत्या. मेलेल्या म्हशीला नेहमीच मणभर दूध निघत असते.

– आणि आपल्या कोंबड्या विलायतीच काय, पण मंगळावरच्या होत्या असे जरी भीमूने म्हटले असते, तरी ते ड्रायव्हरला कबूल करणे भागच होते.

तो म्हणाला, "एवढं भागवा पाच रुपयांत. माझं ऐका."

भीमू पुन्हा ओरडला, "काय चेष्टा चालवलीय का माजी? पाच रुपयांत तीन कोंबड्या? आरं, पाच रुपयांत तीन घुशी तरी येत्यात का?"

भीमूने मग असा भडिमार सुरू केला की, तो माणूस अगदी गपगार होऊन गेला. आता यातून काही सुटका नाही, हे त्याने ओळखले. शेवटी तो म्हणाला, "बरं, मग किती पैसे मी द्यावेत, अशी इच्छा आहे तुमची?"

"रुपये धा देनार आसला तर तोडतो कांडं."

"दहा म्हणजे फार होतात."

"मग कोंबड्या द्या मला तीन!"

आणखी तीन रुपये काढून ड्रायव्हर म्हणाला, "एवढे घ्या आणि जाऊ द्या मला आता."

"मला पैसं नगंच तुमचं. कोंबड्या द्या परत माज्या मला."

असा घोळ बराच वेळ चालला होता. आसपास बघ्या लोकांची गर्दी जमलीच होती, ती आणखी वाढली. कुणाचेही काही जात नव्हते. तेव्हा सगळ्यांनीच भीमूची बाजू उचलून धरली. इतका वेळ गप्प ऐकत उभ्या राहिलेल्या सोमाने मग मध्यस्थी केली आणि ड्रायव्हरला आणखी नमते घ्यावे लागले. अखेर तडजोड झाली आणि नऊ रुपयांत सौदा मिटला. ड्रायव्हरने आणखी पैसे काढून नऊ रुपयांचा हिशोब चुकता केला. पैसे भीमूजवळ दिले. भीमूने ते दोन-तीनदा मोजून खिशात टाकले. ड्रायव्हरने गाडी सुरू केली, तसा तो म्हणाला, "पैसं मिळालं खरं; पन माज्या कोंबड्यांचा गेलेला जीव आता काय परत येनार न्हाई."

ड्रायव्हरला बराच उशीर झालेला होता, तो काहीच बोलला नाही. नऊ रुपयांवरच भागले, पुष्कळ झाले असा विचार करून तो गप्प राहिला. मुकाट्याने गाडी सुरू करून पुढे गेला. पाठीमागे धुराळा उडवीत नाहीसा झाला.

आता ऊन चांगले तापले होते. सूर्य डोक्यावर येत होता. वारा अगदी पडला होता. या गोंधळाच्या नादात जेवणवेळ होत आली होती. सगळ्यांचे कामधंदे तसेच पडून राहिले होते. मोटार हलली, तशी ही गोष्ट सगळ्यांच्या ध्यानात आली आणि मग गर्दी पांगली.

इकडे-तिकडे पळालेल्या कोंबड्यांना गोळा करीत भीमू लांबपर्यंत गेला आणि सगळ्या कोंबड्या घेऊन परत माघारी आला. बघतो तो सोमा तिथेच सावलीला बसून राहिला होता. भीमूची वाटच बघत होता.

भीमू परत रस्त्याकडे आला तसा सोमा त्याला म्हणाला, "बग, तुला म्या सांगितलं न्हवतं, या कोंबड्यांचा असला ताप लई असतो म्हून?"

भीमू त्याच्यासमोर उभा राहून म्हणाला, "व्हय, आसतो ही गोष्ट खरी."

उठून त्याच्याकडे चालत येत सोमाही रस्त्यावर उभा राहिला.

"मेल्या तीन कोंबड्या! झकास झालं!"

"झकास झालं?"

"न्हाई का? आता तू या भानगडीत पुन्ना पडायचा न्हाईस!"

"का बरं?"

"मग मर्दा, रस्त्यावर कोंबड्या खेळवत बसला हैस; तुला एवढं कळंना का? आता बसला का न्हाई गंडा?"

खिशातल्या नोटा दाखवून भीमू म्हणाला, ''गंडा कशापायी? नऊ रुपयं न्हाई का मिळालं?''

आता काय सांगावं ह्या माणसाला – असा चेहरा करून सोमा गपचिप उभा राहिला. मग म्हणाला, ''आरं, पर मर्दा, यात तू साधलंस काय?''

''सहा रुपयं!''

''त्ये कसं काय?''

सोमाचा हा प्रश्न ऐकून भीमू हसला. शांतपणाने म्हणाला, ''साधारन बग रुपया-रुपयाला घेतली एकेक कोंबडी. म्हंजी तीन रुपयं गेलं, नऊ रुपयं मिळालं. मग सा रुपये निवळ नफा झाला का न्हाई?''

भीमूचा हा खुलासा ऐकून सोमाने तोंडात बोट घातलं.

''एकेक रुपयाला पडली कोंबडी तुला?''

''काय-काय तर आठ-आठ आन्याला घेतल्या.''

''पन देनारानं इतक्या सस्तात इकल्या तरी कशा म्हनतो मी?''

''आरं, रोगडा आलेल्या, खरजुल्या कोंबड्या समद्या. मरायच्याच पटाटा आज ना उंद्या. त्येंचं आठ आनं दिलं, ह्येच लई झालं....''

''समदी रोगडा आलेली हुती?''

''मग काय चांगली मिळतात व्हय आठ-बारा आन्याला?''

सोमाची मती गुंग होऊन गेली. भीमूचा हा तिढा काही त्याला कळला नाही. शेवटी चकित होऊन त्याने विचारले, ''आन् आसली कोंबडी कशापायी इकत घेतलीस त्वा?''

''धंदा करायला.''

''म्हंजे?''

सोमाला भीमूच्या बोलण्याचा काही अंदाजच लागेना. तो बावचळून त्याच्याकडे पाहत राहिला. उगीच खुळ्यासारखा बघत राहिला.

भीमूने तेवढ्यात पिशवीतले जोंधळे काढून पुन्हा रस्त्यावर टाकले. त्याबरोबर इकडे-तिकडे फिरणाऱ्या कोंबड्या तुरुतुरु धावत आल्या. माना खाली घालून दाणे टिपू लागल्या.

मग रस्त्यावर उभ्या राहिलेल्या सोमाला भीमू म्हणाला, ''बाजूला हो – एका आंगाला. टुरिंग येतीय न्हवं का? धंद्याचा टाइम झाला. आज आनकी चार-दोन कोंबड्या तरी मेल्या पायजेत.''

■

चार

नदीकाठचा प्रकार

ऐन दुपारच्या वेळी नदीकाठच्या डोहातले पाणी चांगले गरम होई. उन्हाळ्यात तर फार होई. त्यामुळे दुपारी डुंबायला तिथे फार मजा येत असे. घटकाभर ऊन पाण्यात पोहावे. अंगाला गारठा वाटू लागलाच तर उघड्या खडकावर ऊन खात बसावे. अंगाचा मळ दगडाने काढावा. गरम वाळूत लोळण घ्यावी आणि पुन्हा पाण्यात पडावे. गावातल्या पोराटोरांचा हा कार्यक्रम वडीलमंडळींचा डोळा चुकवून रोज चाले.

आजही आठ-दहा पोरे पाण्यात धुमाकूळ घालीत होती. कुणी दमगीर होऊन खडकावर बसले होते. कुणी आडवे हात मारीत पाणी सपासपा कापीत होते. कुणाचा मांडी घालून तरंगत पडण्याचा उद्योग चालला होता. शिवाशिवी, मारामारी, पाणी उडविणे, आरडाओरडा यांनी नदीचा काठ अगदी गजबजून गेला होता. लांबवर कुणी परीट कापडे वाळवत बसला होता. काठच्या दगडावर एखादी बाई धुणं चुबकत होती. बाकी मोठे माणूस जवळपास कुणीही नव्हते.

चौगुल्याचा शिवा खडकावर बसून ऊन घेत होता. लंगोट लावून उगीच बसला होता. हाताने चापट्या मारून अंगावर बसणारी माशी वरच्यावर उडवीत होता.

मग एकाएकी त्याचे लक्ष पलीकडच्या काठाला असलेल्या खडकाकडे गेले.

खडक अर्धवट पाण्यात बुडालेला होता. त्याला लागून नारळासारखे काहीतरी वर तरंगत होते. मधूनमधून शेवाळासारखे काहीतरी तिथे दिसे आणि पुन्हा पाण्याखाली जाई.

शिवा ओरडून म्हणाला, ''नामजा! लेका, त्यो बग नारळ आलाय वाहात!''

आणि त्याने पाण्यात सुळकांडी मारली. हात मारीत झपाझपा तो निम्म्या पाण्यात गेलादेखील.

नामजाला नीटसे दिसले नाही. कारण त्याच्या तोंडावरून पाणी अजून ओघळतच होते. पण शिवा सुटला म्हणाल्याबरोबर तोही सुटला आणि मग त्याच्या नादाने चार-दोन इतर पोरंही पाठीमागे आली.

पण शिवा एव्हाना खडकाजवळ पोहोचलाही होता. लांबनंच दिसणारा गोल गुळगुळीत मोठ्या आकाराचा तो पदार्थ पाहून तो म्हणाला,

"बायली! नारळ लई दांडगा हाय! कोकनातनं आला म्हनावं काय?"

आणि चार हात मारून तो लगबगीने खडकाजवळ लागला. खडकाला थटून त्याने एकदम त्या दांडग्या नारळावर दोन्ही हातांनी झेप टाकली.

– आणि त्यानंतर जे काही झाले, ते बघून त्याची भीतीने बोबडीच वळली!

कारण नारळावर झेप टाकल्याबरोबर नारळ गपकन खाली गेला आणि विरुद्ध बाजूने एका माणसाच्या तंगड्या कमरेपर्यंत वर आल्या!

आपण ज्याला नारळ म्हणून धरले तो नारळ नव्हताच, एका माणसाचे मुंडके होते, हे ध्यानात आल्याबरोबर शिवा मोठ्यांदा ओरडला आणि गर्रकन मागे वळला. सरासरा हात मारीत दुप्पट वेगाने तो पाठीमागे आला.

ओरडून म्हणाला, "पळा! ए पळा! मुडदा हाय तितं!"

काही जणांनी तंगड्या वर आलेल्या पाहिल्या होत्या, आणि ते आधीच काठाकडे सुटले होते. पण जे नादात होते, त्यांनी शिवाचे बोलणे ऐकले आणि त्यांनीही धूम ठोकली. जिकडे-तिकडे पळापळ झाली. कपडे उचलून धावत पळत सगळे गावाच्या दिशेने धुमाट पळाले. धुणे धुणारी बाई धुणे उचलून लगाबगा गेली, आणि परीटही पाय उडवीत रानातनंच गावाकडे टांगा टाकीत गेला.

मग नदीकाठाला कुणी राहिलेच नाही.

पण तासाभरात गावात गवगवा झाला आणि सगळ्यांना बातमी समजली की, गावाजवळच्या नदीच्या डोहात एक मुडदा वाहात आला आहे, आणि तो पलीकडच्या अंगाला असलेल्या खडकाला थटून बसला आहे.

सबंध गावात ही बातमी विलक्षण वेगाने पसरली. ऐन दुपारच्या वेळी जिकडे-तिकडे रोजच्याप्रमाणे शुकशुकाट होता. माणसे कामाला रानात गेलेली होती. म्हातारेकोतारे घरी पडून होते. पलीकडच्या गावी प्रांताचा मुक्काम असल्यामुळे सकाळपासूनच पाटील आणि कुलकर्णी दोघेही काखोटीला दप्तर मारून तिकडे गेलेले होते. एकंदरीत गावात बाया-बापड्या, पोरेटोरे आणि निरुद्योगी टगे लोक यांच्याशिवाय कुणीही नव्हते. पण तरीही सबंध गावात या गोष्टीचा गलका झाला. असा प्रकार यापूर्वी कधी घडलेला नव्हता. त्यामुळे हे वृत्त सगळ्यांनाच अद्‌भुत वाटले. या नदीतून मेलेलाच काय, पण जिवंत प्राणीही कुणी वाहात आलेला कधी पाहिला नव्हता. त्यामुळे घरोघरची माणसे आपापला उद्योग-धंदा सोडून नदीकाठाला

धावली. बायामाणसे, तरणीताठी पोरे आणि लहानगे यांनी नदीकाठ गच्च भरून गेला. हीऽ गर्दी जमली. त्यात नेहमी बिड्या ओढीत उगीच गावातून हिंडणारा शिवा चौगुल्याचा बाप होता. स्वतःला गावचा पुढारी समजणारा आणि नसत्या उचापती करणारा नाना साळुंखे होता. बेकार पांडा चेंगट होता. सुताराची आनशी होती, साळ्याची यशवदा होती आणि इतर बरेच लोक होते.

सगळ्यांनी डोळे ताणून पाहिले.

समोरच्या लांब खडकाला अडकून राहिलेला डोक्याचा नारळ अजूनही दिसत होता.

तो बघून आपसात चर्चा सुरू झाली. शंकाकुशंका निघाल्या.

तोंडाला पदर लावून सुताराची आनशी बायांत उभी होती. काही कारण नसताना नाना प्रकारच्या चौकशा करीत बसणे, हा तिचा नेहमीचा उद्योग होता. तिने इकडे-तिकडे पाहिले आणि विचारले, ''आरं, पर मुडदा पाहिला का कुनी?''

घरून शेंगा खिशात घालून चौगुल्याचा शिवा परत तिथे आलेला होता. दोस्तांना घेऊन आलेला होता आणि ही मोठी माणसे आता करतात तरी काय, हे कुतूहलाने बघत उभा होता. आनशीने विचारलेला प्रश्न ऐकून त्याची कळी खुलली. बाप आपल्याला ठोकून काढील, या गोष्टीची धास्ती बाजूला ठेवून तो पुढे झाला. शेंगा खात म्हणाला, ''म्यां सोता बगितला मुडदा. इचारा नामज्याला!''

आनशी आश्चर्य व्यक्त करून म्हणाली, ''या बया! पर मुडदाच हुता का त्यो? न्हाई तर पवत बसलं आसंल कुनी तरी.''

''न्हाई, मुडदाच हुता.''

''कशावरनं रं?''

शिवा आणखीन पुढे सरसावून एखाद्या सेनापतीच्या थाटात सगळा नकाशा हाताच्या खुणेने दाखवीत म्हणाला, ''ह्या हितं मी हुतो का. तकडं पोरं खेळत हुती. आन् गपकन मला त्यो नारळ दिसला –''

''या बया! आन् फुडं?''

''फुडं काय? म्या पवत गेलो आन् गपकन त्येचं टकुरंच धरलं –''

''आन् फुडं?''

''मग काय? त्ये टकुरं गेलं सटकन पान्यात आन् गपकन भुतावानी टंगड्या आल्या वर!''

''या बया!''

हा संवाद जवळजवळ सार्वजनिकच झाला. कारण तो सगळ्यांना ऐकू गेला. एक तर शिवा मोठमोठ्यांदा बोलत होता आणि आनशीचा आवाज नेहमीप्रमाणे टिपेत लागला होता. शिवाय माणसे अजून हलक्या आवाजात बोलत होती, समोर

दिसते ते प्रेतच आहे, हे निश्चित झाल्यावर ते कुणाचे असेल, कुठून आले असेल, यासंबंधी तर्कवितर्क सुरू झाले.

एक जण म्हणाला, "वरनं कुटनं तरी वाहत आल्यालं आसनार, न्हाई का रं पांडा?"

चाबरा पांडा म्हणाला, "वरनं न्हाई येनार तर काय खालनं वाहात येनार हाय काय? तू तर लेका चित्तरच हायेस निव्वळ!"

"तसं न्हवं."

"मग कसं?"

"वाहात आलं आसंल, असं म्यां आपलं –"

"वाहात न्हाई येनार तर काय मुडदा पवत येत असतो?"

"बरं बाबा... आला मुडदा एवढं तर पक्कं?"

"मग त्यात लेका तू काय आपरूक सांगितलंस? त्ये दिसतंच हाय समद्यांना."

हा संवाद आणि त्यातून निघालेले तात्पर्य ऐकून सगळीकडे हशा पिकला आणि भली जिरली त्याची असे सर्वांना वाटले. पण लोकांचे हे हसणे नाना साळुंख्याला बिलकूल आवडले नाही. मघापासून तो तोंड मिटून गप्प उभा होता. लोकांची करमणूक चालली आहे, हे बघून तो रागावला.

एका उंच खडकावर उभा राहून तो म्हणाला, "आवाज बंद करा एकदम! काय चालिवलीय वटवट?"

त्याबरोबर गडबड जरा कमी झाली. नाना हा निरुद्योगी असल्यामुळे उचापतखोर होता, हे लोकांना माहीत होते. नाही ते पालथे धंदे करणारा नाना अशीच त्याची ओळख सगळ्यांना होती. पण या अशा प्रसंगी त्याने पुढाकार घेतला, तर लोकांना काही नाके मुरडण्याचे कारण नव्हते. त्यामुळे त्याने आरडाओरडा केल्यावर लोक एकमेकांशी बोलायचे थांबले आणि एकदम सगळे नानाशी बोलू लागले. त्यामुळे पुन्हा गोंधळ झाला.

शेवटी नाना पोरांच्या अंगावर धावून ओरडला, "आरं एऽ! आत्ता गप्प बसताय का तुमचा मुडदा पाडू आधी हितं?"

नानाने असा दम ठेवून दिल्यावर ताबडतोब सगळीकडे शांतता आणि सुव्यवस्था स्थापन झाली. पुन्हा कुणीतरी म्हणाले, "हा काय म्हनतोस नाना?"

नाना पुन्हा ओरडून म्हणाला, "आरं, पर मुडदा आधी भायेर काडायचा का कसं? का निस्त्या गप्पा ठोकायला जमलाय गडी समदं?"

आनशी म्हणाली, "भायेर काडायलाच पायजे. कोन हाये, काय हाये, समजंल तरी."

तिच्याकडे बघून पांडाने उपरोधाने मान हलविली आणि तो हळू आवाजात बोलला, "हा! कोन हाय, काय हाय, समजनार हाय हिला! त्यो मुडदाच जसा काय

हिला समदं सांगत बसनार हाय!''

पण तो असं बोलला तरी जे काही असेल ते बाहेर काढावे, हे त्यालाही मान्य होते. इतर सगळ्यांनाच मान्य होते. कारण त्याशिवाय कुणाचीच उत्सुकता आणि कुतूहल थांबणार नव्हते.

अशा बाबतीत शिवा चौगुल्याचा बाप अतिउत्साही पुरुष होता. बिडी ओढीत त्याने सांगितले, ''काडाय पाहिजे तर! तसं कसं?''

''मग चला दोघं-चौघं गडी काडायला. माजा नंबर पयला. फुडं बोला. कोन कोन येतंय? चला.'' नाना म्हणाला.

हे ऐकल्यावर जरा गडबड उडाली. काही गड्यांना आपण पुढे उभे राहिलो, याचा पश्चात्ताप झाला. पुढे गर्दी आहे हे बघून काही जण खाली बसले. कुणी मागं सरकत-सरकत झाडाआड गेले. एकंदरीत आपण होऊन कुणी पुढे येण्याचे चिन्हं दिसेना.

बायाबापड्यांना अर्थातच या प्रकारात बोलावणे नव्हते. त्यामुळे त्यांना बरेच बळ आले होते. समोर उभ्या राहिलेल्यांना त्या सारख्या प्रोत्साहन देत होत्या. साळ्याची यशवदा सारखी सखा पाटलाला विचारीत होती, ''सखा, तू न्हाईस व्हय जात? आहाहा! येवडा पवनारा म्हनतुस आन् मागं-मागं व्हय? हात तुमची दोडांनो!''

आणि आपल्या थोरल्या पोराला दटावून ती म्हणत होती, ''संभ्या, पान्यात उतरायचं न्हाई बरं का, सांगून ठिवते. न्हाई तर मार खाशील मरस्तोवर माझ्या हातचा!''

एका बाईने चिथावणी दिली तरी आईने दम भरावा असा प्रकार बहुधा सगळ्यांच्याच बाबतीत घडू लागला. कारण कुणी ना कुणी तरी, कुणाची तरी मातोश्री होतीच. त्यामुळे कुठलेच तरणे पोरगे पुढे येईना. हे बघून नाना साळुंख्याला चीड आली. एक समाजकार्य करण्यात साधी फुकट मदत करायला कुणी तयार होत नाही, हे बघून तो चिडला. नकट्या नाकाचा आणि बारीक डोळ्यांचा तो पुढारी ओरडून-ओरडून बोलू लागला, ''काकणं भरली काय रं समद्यांनी? चार माणसं मिळंनात व्हय हितं?''

शिवा चौगुल्याचा बाप बिडी ओढीत घोगऱ्या आवाजात म्हणाला, ''का? मी हाय की! आपलं नाव कायम.''

''शाबास! तू रं सखा?''

आपला डावा पाय उचलून सखा म्हणाला, ''आलो असतो. पर लागलंय काल उजव्या पायाला. ह्यो काटा मोडलाय दाभनासारका. सारका ठनका मारतंय. पानी शिरलं तर ह्यो बंब पाय हुईल उंद्याला.''

सखा एवढे बोलला आणि मग त्याच्या ध्यानात आले की, उजव्या पायाऐवजी आपण डावा पायच वर उचलला आहे! त्याबरोबर त्याने घाईघाईने उजवा पाय वर धरला.

पण नानाचे तिकडे लक्ष नव्हते. तो सगळ्यांना विचारीत सुटला होता, ''पांडा,

तू येतूस न्हवं?''

पांडा कुरकुर करीत म्हणाला, ''मी हायेच, पर दुसरं कोन कोन येतंय त्ये तर बग. कमी पडलं कुनी तर मी हायेच. का म्हनशील तर कालच्याला जरा अंगात जाळ हुता.''

असे करता-करता चार-दोन माणसे कशीबशी गोळा झाली. अंगावरचे कपडे काढून धोतरे वर खोवून त्यांनी पाण्यात सूर मारला आणि नानाला पुढे घालून सगळे जण त्या खडकाकडे गेले.

श्वास रोखून काठावरची सगळी मंडळी पुढे काय होते, ते टक लावून बघत उभी राहिली.

नानाने जवळ जाऊन ते प्रेतच आहे, याची खातरी करून घेतली. तेवढ्यात शिवा चौगुल्याच्या बापाने गळा, हात यांची चाचपणी करून काही हाताला लागते की काय, ते पाहिले. पण काही सापडले नाही. तेव्हा पाण्यातच थुंका टाकून तो मनाशी म्हणाला, ''थुत तिच्या बायली! निव्वळ नंगा मुडदा हाय ह्यो!''

सगळ्यांनी मिळून तो देह वर उचलला तेव्हा लांबसडक केस खाली लोंबलेले दिसले आणि लुगड्याचा निळसर रंगही डोळ्यांत भरला. काठावरच्या लोकांनाही लांबूनच कळले की, कुणीतरी बाई आहे. वाहत आलेले ते माणूस म्हणजे एक बाई आहे. त्यामुळे पुन्हा तिथे गडबड उडाली. जो तो दुसऱ्याला शपथपूर्वक सांगू लागला की, ती बाईच आहे, बुवा नव्हे!

तो देह काठाला आणेपर्यंत काही उत्साही मंडळी लिंबाच्या झाडावर चढली आणि भराभरा लिंबाचा पाला गोळा करून त्यांनी तो खाली टाकला. पाल्याचा हा ढीग भुईवर जमला.

काठाला आल्यावर त्या चौघांनी आदबशीरपणे ते शरीर लिंबाच्या पानांवर टेकविले आणि दमून गेल्यामुळे ते बाजूला सरले.

मग लोकांनी प्रेताभोवती ही गर्दी केली. वाक-वाकून त्या बाईकडे पाहिले. पुन्हापुन्हा न्याहाळून बघितले.

त्या बाईचा चेहरा तसा अगदी शांत दिसत होता. पण पाण्यात राहून तिला बराच वेळ झालेला असावा. कारण प्रेत थोडेफार फुगल्यासारखे दिसत होते. चेहऱ्यातही बदल वाटत होता. मग किती दिवस झाले होते, कोण जाणे! पण एखादे दमून गेलेले माणूस घटकाभर डोळे मिटून पडल्यावर जसे दिसते, तसा तिचा आविर्भाव वाटत होता.

पण इतका तपशील पाहत बसायला तिथे कुणाला वेळच नव्हता. लोकांनी एकदम तिथे इतकी गर्दी केली की, कुणालाच काही नीट दिसले नाही. जो तो मागच्या माणसाला कोपराने आणखी मागे ढकलून आणि पुढच्याच्या खांद्यावर मान

टाकून बघण्याचा प्रयत्न करू लागला. पण हा प्रयत्न सगळ्यांनी एकाच वेळी केल्यामुळे बराच वेळ कुणालाच नीट दिसले नाही. त्यामुळे लोकांचे कुतूहल जास्त वाढले.

साळ्याची यशवदा पुढे घुसलेल्या आनशीला म्हणाली, "आनशे, बाईच हाय का गं?"

मागं वळून न पाहता खणखणीत आवाजात आनशी म्हणाली, "मग काय लुगड्यात गुंडाळलेला बुवा हाय व्हय? तू तर निव्वळ हेंद्रटच हायेस यशवदे!"

"तसं नव्हं, एक इचारलं आपलं."

तेवढ्यात यशवदेलाही पुढे जागा मिळाली. त्यामुळे ती गप्प राहून मुकाट्याने बघत उभी राहिली. हळहळू लागली.

"काय बाई परसंग आला!... कुना चांगल्याची दिसतीया आन् कुटं येऊन पडली!... देवाची करनी!...."

हळूहळू सगळ्यांना तो देखावा नीट पाहायला मिळाला आणि मग सगळ्यांनाच दुःख वाटू लागले. हळहळ वाटू लागली.

"कोन कुनाची आसंल कुनाला ठावं!"

"बिचारीला लेकरंबाळं असत्याल. आता आईच्या माघारी त्येंचं कसं हुईल?"

"कुनाची माती कुठं असती, कुनाची कुठं!"

"व्हय. मागं न्हाई का, तेल्याचा जनाप्पा म्हमईला गेला लेकीला आनायला, आन् थितं खाली सापडून मेला!"

"कशाच्या खाली सापडून मेला?"

"कशाच्या काय की! त्ये इसरलो. इमानाच्या न्हाई तर हागबोटीच्या खाली सापडला असंल. माज्या काय एवडं पक्कं ध्येनात न्हाई आता."

"ल्येका, इमान-हागबोट न्हवं, आगगाडीखाली मेला!"

"आसंल."

एकंदरीत दुःख, हळहळ, वाईट वाटणे हा प्रकार थोडा वेळ चालला आणि अशा रीतीने चटदिशी संपला. मग कोण? कुठे? आणि कसा? मेला याविषयींच्या नाना गोष्टी निघाल्या आणि शेवटी सगळ्यांच्या मृत्यूविषयी दुःख व्यक्त करण्यात आले.

पांडा बराच वेळ त्या बाईकडे न्याहाळून बघत होता. तो नानाला म्हणाला, "का बरं मेली आसंल ही?"

दमल्यामुळे नाना बराच वेळ बाजूला नुसता बसून होता. बोलण्यात भाग घेत नव्हता. आता पांडाने प्रश्न विचारल्यावर त्याला नवा दम आला.

"पडली आसंल पान्यात पाय घसरून. दुसरं काय असायचंय?"

दुसरा म्हणाला, "ती कशी काय पडली असंल?"

पांडाने मान हलविली.

"तसं काय बोलू नगंस हां! ह्या बायांस्नी लई खोड आसती खोल पान्याकडं धडपडत जायची!"

"व्हय, व्हय! धुनं धुवायला तकडंच मरत्यात समद्या."

पुरुषांच्या या संभाषणात आनशी मध्ये तोंड घालून बोलली, "न्हाई तर जीव बी दिला आसंल तिनं. म्यां सांगते की –"

"कशावरनं?"

चाबरट बोलण्याबद्दल नवऱ्याने एकदा आपल्याला डागले होते आणि सासूने पाठीवर मरेस्तोवर रट्टे ओढले होते, याची आनशीला आठवण झाली. ती म्हणाली, "छळवाद झाला आसंल सासरी. दिला आसंल जीव बिचारीनं. काय करती?"

पांडाने पुन्हा मान हलविली.

"आसंल. बाया लई जीव द्यायला शिकल्याती सध्याच्याला. परवा कुनी तरी जीव दिला हिरीत गादेगावला. कुनी गं आनशे?"

पांडाने केलेली ही लगट आनशीला बिलकूल आवडली नाही. तो एक फाजील माणूस आहे, असं तिचं त्याच्यासंबंधीचं मत होतं. म्हणून तिला फणकारा आला. ती मनात म्हणाली, 'हात तुजा मुडदा बशिवला!' पण उघड बोलली, "ऊंऽ! तुला का इनाकारनी चौकशा? दिला आसंल तुज्या आज्जीनं न्हाई तर पंजीनं! मी काय समद्यांचं रजिश्टर ठिवलंय व्हय?"

असं म्हणून ती तरातरा बायांच्या घोळक्याकडे गेली. तिथं उभी राहून मोठमोठ्यांदा सांगू लागली, "जीवच दिलाय बाईनं. मी नक्की सांगते. तोंडच बोलतंय न्हवं का तिचं!"

एकंदरीत ही कोण, कुठली आणि तिने जीव का दिला असावा, याविषयी अशी बरीच चर्चा झाली. वादविवाद झाला आणि नेहमीप्रमाणे मुळीच एकमत झाले नाही. ती बाई आहे आणि मेलेली आहे, एवढाच मुद्दा सगळ्यांनी एकमुखाने मान्य केला. अर्थात तेही काही कमी महत्त्वाचे नव्हते. कारण एकमेकांना प्रश्न विचारण्यापलीकडे आणि स्वत:चा तर्क सांगण्यापलीकडे कुणीच काही केलेले नव्हते. ती पाय घसरून अपघाताने मेली असेल काय? का तिने मुद्दाम जीव दिला असेल? का आपली गंमत म्हणून ती मरून गेली असेल?... फार वाद झाला आणि बहुसंख्य लोकांचे शेवटी असे म्हणणे पडले की, ही बाई जीव देण्याचा निश्चय करून नदीला आली असावी, पण नंतर तिचा निश्चय फिरला असावा अन् दुर्दैवाने तेवढ्यात पाय घसरून ती बुडून मेली असावी!....

शेवटी सगळ्यांना मान्य होणारी अशी तडजोड झाल्यामुळे आणि बोलून-बोलून सर्वांचाच दम छाटलेला असल्यामुळे त्या ठिकाणी परत शांतता स्थापन झाली.

आता यापुढे काय करायचे, हे लोकांना कळले नाही. ते एकमेकांच्या तोंडाकडे

बघू लागले. तेव्हा नाना पुन्हा पुढे सरसावला आणि म्हणाला, "आता फुडचा काय इचार बगा की. का निस्त्या गप्पाच हानत बसायच्या संध्याकाळ हुस्तंवर?"

खरं होतं. आता दुपार मावळली होती. सूर्य बराच खाली सरकला होता. उन्हाचा ताव कमी झाला होता आणि पश्चिमेकडचे वारे अधूनमधून अंगाला लागत होते.

पांडाने विचारले, "फुडचा इचार म्हंजे?"

"लेकानूं, मुडदा काय हितंच टाकून जायाचं काय? जाळायची काय येवस्ता करायला नगं?"

कुणीतरी सहज बोलले, 'जाळायचं का?"

तेव्हा पांडा म्हणाला, "मंग? काय घरी निऊन खुटीला अडकावतोस काय?"

"तसं न्हवं, पाटील-कुलकर्नी कुनीच न्हाई गावात."

"नसंना. त्ये काय जाळाय नगं म्हनत्यात काय?"

विचारणाऱ्याचे क्षणभर समाधान झाले. पण पुन्हा त्याला शंका आली, 'पण खर्चाची येवस्था?'

हा! हा प्रश्न होता! आत्तापर्यंतचे काम बिनखर्चाचेच होते. आता रोकडे मोजण्याचा सवाल होता. तो उद्योग कुणी करायचा?

पण नानाने त्याच्यावर तोड काढली. तो पुढारीवर्गापैकी असल्यामुळे त्याच्यापाशी पैसे जमविण्याच्या युक्त्यांना तोटा नव्हता. तो म्हणाला, "वर्गनी करायची. हाय काय त्यात अवघड? मानशी चार-आठ आनं, चार-आठ आनं काडा."

वर्गणीची कल्पना काही वाईट नव्हती. माणशी चार-आठ आणं हा आकडाही तसा जड नव्हता. शिवाय तिथे उभे राहून बऱ्याच जणांना कंटाळाही आलेला होता आणि आपापल्या घरी महत्त्वाची कामे पडली आहेत, याचीही आठवण होऊ लागलेली होती. शिवाय नाही म्हटले तरी तसे थोडेसे त्या बाईच्या दुर्दैवाबद्दल वाईटही वाटत होते. त्यामुळे कुणी चार आणे दिले, कुणी आठ आणे दिले आणि दहा-पाच रुपये जमले. शिवाय काही आश्वासनेही मिळाली.

तेवढ्या आधारावर नाना म्हणाला, "आता जुळलं. तेवडी सरपनाची वेवस्ता करा जावा कुनी तरी."

हे ऐकल्याबरोबर पांडा घाईघाईने बोलला, "मी आनतो की."

आणि दुसरे कुणी बोलायच्या आत तो लगबगीने तिथून हाललादेखील. भराभरा पावले टाकीत तो गावाकडे गेला. तो इतक्या लगबगीने जाण्याचे कारण इतकेच होते की, त्याच्या घरातलेही सर्पण सरलेले होते आणि दोन दिवसांपासून बायकोने त्याचा तगादा लावलेला होता. इकडे आणता-आणता त्यातले अर्धा मण सर्पण घरी टाकता येईल, या हिशेबाने त्याने ते काम आपल्या अंगावर घेतलेले होते.

"घासलेट पायजे बाटली भरून. त्ये बी आनाय पायजे कुनीतरी."

गावात घासलेट मिळू शकेल, असे एकच बाळू वाण्याचे दुकान होते. पण तो काही या गर्दीत नव्हता. घरीच होता. शिवा चौगुल्याच्या बापाची आणि त्याची उधारीवरून नेहमी झकाझकी चालत असे. आज त्याच्याकडून बाटलीभर तेल फुकट काढायचा हा चांगलाच मोका आहे, असा हिशोब करून शिवाचा बाप म्हणाला, "बाळू वान्यानं कालच नवा डबा फोडलाय. मी आनू का त्येच्याकडनं?"

"दील का त्यो? लई जिंद जात हाय."

"त्येचा बाप दील की! अशा टायमाला कसा देत न्हाई त्येच बगतो."

"शाबास पठ्ठे! जा लवकर."

"ह्यो सुटला गडी." असे म्हणून ओले धोतर नीट खोवीत शिवा चौगुल्याचा बापही बिडी ओढीत तरातरा गावाकडे गेला. त्याच्या एकंदर मुद्रेकडे आणि बिडी ओढण्याकडे पाहिले असते म्हणजे कुणाच्याही लक्षात हे आले असते की, हा गडी काही नुसता घासलेट उपटणार नाही. वर काड्याची पेटीही एखादी मारणार आणि ती नक्की खिशात घालणार.

कुणी कुठे गेले, कुणी कुठे गेले आणि माणसे कामाला लागली. बाकीची माणसे त्यांची वाट पाहत नदीकाठाला थांबून राहिली.

एव्हाना दुपार केव्हाच संपली होती. ऊन मागे सरकले होते. संध्याकाळ झाली होती आणि सावल्या लांब-लांब होत होत्या. नदीकाठचा भाग अंधारात बुडत होता. पण अजूनही मावळतीचा मंद उजेड टिकून होता. तसे स्पष्ट दिसत होते.

पलीकडच्या गावाला गेलेले पाटील-कुलकर्णी दप्तर घेऊन गावाकडे येत होते.

वळणाजवळ आल्यावर त्यांना नदीच्या काठावर ही गर्दी दिसली, तेव्हा त्यांना आश्चर्य वाटले. मग ते गावात गेलेच नाहीत. सरळ नदीकडे आले.

झपाझप चालून पाटील आधी पुढे आला. ओरडून म्हणाला, "काय रं? काय भानगड हाय? पवन्याची शेरत-बिरत लावली हाय का काय?"

तेवढ्यात काठाला निजवलेला मुडदा त्याच्या दृष्टीला पडला.

तो दचकला. एकदम चार पावले मागे सरकला.

"आं?– ह्ये रं काय?"

नाना पुढे येऊन म्हणाला, "मुडदा वाहत आला हुता नदीतनं. सकाळधरनं त्या तथल्या खडकाला थटला हुता."

"भले! मग?"

"मग काय? आमी भायेर काडला."

"भले, भले!"

"आता वर्गनी काडलीय. जाळून टाकावं म्हनून बसलोय."

पाटील अनवधानाने बोलला, "भले! जाळून टाकाय पायजेच की! न्हाई तरी

किती येळ ठिवायचा हितं?''

– आणि दातकोरण्याने दातातली घाण बाहेर काढीत गप्प उभ्या राहिलेल्या कुलकर्ण्याला त्याने विचारले, "कसं कुलकरनी?"

रघू कुलकर्ण्याने बराच वेळ काही उत्तरच दिले नाही. सबंध दातांतली घाण बाहेर काढेपर्यंत तो थांबला. खाकरला, खोकरला. मग त्याने पाटलाच्या आणि नाना साळुंख्याच्या तोंडाकडे थोडा वेळ टक लावून बघितले.

नंतर तो अगदी शांतपणे नानाला म्हणाला, "नाना, तू मुडदा बाहेर काढलास?"

नाना फुगून म्हणाला, "होय. का बरं?"

"तुला कुणी ही उचापत करायला सांगितली रे?"

सबंध गावात नाना फक्त एकट्या रघू कुलकर्ण्याला भीत असे. कारण रघू कायदेबाज माणूस होता. नाही म्हटले तरी, त्याचे डोके कुलकर्ण्याचे होते. तो कुणाला कुठे कसा गुंतवेल, याचा नेम नव्हता.

त्यामुळे नाना जरा दबकून म्हणाला, "का! काय झालं?"

कुलकर्णी आणखी आवाज वर चढवून बोलला, "पण तुला हे नसते पालथे धंदे करायला सांगितलं कुणी, मला सांग!"

सगळे लोक चकित होऊन कुलकर्ण्याकडे बघू लागले. त्याच्याभोवती गोळा झाले आणि पुन्हा कुजबुजू लागले.

नाना आणखीन नरमला.

"पर झालं तरी काय आसं?"

"मलाच विचार! लेका, तुला मुडदा बाहेर काढायला सांगितलं कुणी?"

"कुनी न्हाई. म्यांच म्हटलं की काडू या.''

पाटलाने विचारले, "आरं, पर झालं काय! काडला तर काय हुतंय? पाण्यात घान झाली आसती समदी. काडला, बरं केलं की!"

यावर कुलकर्ण्याने आरडाओरडा करून सांगितले की, "ही जी गोष्ट सगळ्यांनी मिळून केली ती बेकायदा आहे. विशेषत: सरकारात न कळविता मुडदा जाळायला निघणं, हा तर फार गंभीर गुन्हा आहे. न जाणो, खुनाचा आरोपसुद्धा ठेवला गेला असता. मग एखाद-दुसरा फाशी नक्कीच गेला असता आणि दोन-पाच जणांना जबरदस्त शिक्षा झाल्या असत्या. मेहेरबानी म्हणून आम्ही लौकर आलो. एकदा का मुडदा जाळला असता की, मग आमच्याही हातात काही राहिलं नसतं...."

हे ऐकल्यावर सगळ्यांचे चेहरे काळवंडले. ही नसती पीडा आपण ओढवून घेतली असे सगळ्यांना वाटू लागले. या नानाच्या नादाला शहाण्या माणसाने चुकून लागू नये, असेही त्यांना वाटू लागले.

सर्पणाचा छकडा घेऊन पांडा आणि घासलेटची बाटली घेऊन शिवाचा बाप

दोघेही मघाच आलेले होते. कुलकर्ण्याचे बोलणे गुपचूप चोरासारखे बाजूला उभे राहून ते ऐकत होते. या सर्पणाचा आणि बाटलीचा बदललेल्या परिस्थितीत काय उपयोग करून घेता येईल, हा विचार त्यांच्या मनात घोळत होता.

इकडे आनशी लाडिकपणाने कुलकर्ण्याला म्हणाली, ''बरं झालं तुमी आलात. न्हाई तर आमच्या हातनं बेकायदा गोस्ट होत हुती. आता काय हुनार न्हाई ना?''

कुलकर्णी मान हलवून म्हणाला, ''आता खटलं होणार नाही; पण फौजदार येईल, पोलीस येतील — सगळ्या गावाला त्यांची सरबराई करीत बसावं लागेल. जाबजबाब होतील सगळ्यांचे. मुडदा कुठं सापडला, कसा सापडला, का सापडला....''

पोलिसांची सरबराई आणि जाबजबाब म्हटल्यावर दोघा-चौघांच्या ध्यानात पुढचा सगळा प्रकार आला. मागे एकदा मारामारी झाल्याच्या कारणावरून गावात पोलीस आले होते, तेव्हा घरोघरची एकेक कोंबडी फुकटावारी गेली होती. शिवाय जाब-जबाबाचा ताप झालाच होता. तालुक्याच्या गावाला हेलपाटे घालून-घालून काटे ढिले झाले होते.

सखा पांढरे म्हणाला, ''रघुबा, ती भानगड टाळा. काय वाटंल ते करा.''

''आता टाळा कशी? आता लागली पाठीमागं.''

''नको, नको —''

''नको म्हणून भागत नाही. आधी घाण करून ठेवलीत कशाला?''

''ह्या नानानं घान केली समदी.''

आनशी म्हणाली, ''तरी मी म्हनत हुते की, मुडदा काडाय नगं. पर ऐकतंय कोन या कालव्यात.''

असा संवाद झाला आणि बहुसंख्य प्रेक्षकसमुदाय नानाकडे रागाने पाहू लागला. त्याने केलेल्या एकेक निर्णयाविषयी मघा त्यांना केवढा आदर वाटला होता!... पण आता तो नाहीसा झाला आणि नाना हा निष्कारण उचापती करणारा माणूस आहे, हे आपण कसे विसरलो, याचेच सगळ्यांना आश्चर्य वाटले.

फार काय, त्या मेलेल्या बाईचाही आता सगळ्यांना राग आला. निष्कारण झेंगट लावले, तिने आमच्या पाठीमागे! नसती आली तर काही बिघडले असते?

पाटलाला पुढच्या गोष्टीची सगळी कल्पना आली. तो म्हणाला, ''रघुबा, तू म्हनतोस त्ये आगदी पाइंटशीर हाय. इनाकारनी ह्या भडव्यांनी उचापत करून ठिवली! पर आता काय तरी वाट काडा. ही पुढची बला टाळा.''

पाटील असे म्हणाला, सगळ्यांच्या चेहऱ्यावरही तोच भाव दिसला, तेव्हा कुलकर्ण्याला बरे वाटले. परिस्थिती आता पूर्णपणे आपल्या हातात आली आहे, याविषयी त्याची खातरी झाली. त्याने विचार करून ठेवलाच होता. तो म्हणाला, ''नाना कुठाय?'' नाना नेहमीप्रमाणे लगेच पुढे सरसावला.

"उचला तो मुडदा आणि सोडा पुन्हा पाण्यात. जाऊ द्या खाली. जिथं लागंल तिथल्या लोकांना होईल ताप!"

कुणी काही बोलले नाही. पण सगळ्यांच्या चेहऱ्यावर मोठा आनंद दिसला. नाना पुन्हा उत्साहाने पुढे झाला. त्याने मघाच्या दोघा-चौघांना हाक मारली.

सगळ्यांनी मिळून मुकाट्याने मुडदा उचलला आणि लांब पाण्यात नेऊन सोडून दिला.

प्रवाहाला लागल्याबरोबर बाई झपाट्याने खाली गेली आणि पाच मिनिटांत नाहीशी झाली. तिचा काही मागमूस आता तिथे राहिला नाही.

वरून चांदण्या लुकलुकत होत्या आणि खाली अंधार चांगलाच पडू लागला होता. गाव काळोखात बुडून जात होते. गार वारा सुटला होता.

पोराटोरांना घेऊन बायका केव्हाच पुढे झपाझपा गेल्या होत्या. बापई गडी थोडे थांबले होते. पण तेही आता गडबडीने निघाले होते. ऐन वेळी संकटातून बचावही झाला होता. तेव्हा सगळ्यांच्याच चेहऱ्यावर आनंद होता. समाधान होते. त्यांच्या मनात नाना विचार येत होते. खूश नव्हता, तो एकटा शिवा चौगुल्याचा बाप. त्याला काही मनातनं बरं वाटत नव्हतं. प्रेत सोडून देताना त्याने नीट पाहिले होते. बाईच्या मनगटावर पाटल्यांच्या ठिकाणी, कानांच्या पाळयांजवळ वण उठलेले त्याला नीट दिसले होते. बाईच्या अंगावर जिनसा होत्या, हे नक्की. मग त्यांचे झाले तरी काय? त्या गेल्या कुठे? –

– आणि मग त्याला एकदम शंका आली, त्या जिनसा अलीकडच्या गावातल्या लोकांनी काढून तर घेतल्या नसतील आदल्या दिवशी –?

■

पाच

कंटाळा

मारुती चव्हाण हा दिसायला गोरागोमटा आणि दांडगा-दुंडगा होता. त्याचं नाक चांगलं तरतरीत होतं. पण नाकाइतका तो स्वत: काही तरतरीत नव्हता. म्हणजे त्याचा खांद्यावरचा भाग अगदीच निकामी होता असं नव्हे; तसा तो हुशार होता. वेळी-अवेळी त्याच्या डोक्यात नाना कल्पनाही येत असत. एखाद्याला ज्या कामाला दिवस लागेल, ते तो मनात आणल्यास दोन तासांतही करून दाखवी. पण हे सगळं मनात आणल्यास. आणि मनात तर तो कधीच आणीत नसे. शहरात राहून शाळेतील विद्या चार-दोन वर्षांपुरती त्याने मिळविली होती. पण नंतर कंटाळा येऊन तो जो घरी राहिला, तो घरीच राहिला होता. घरी वडिलार्जित घर होतं. पन्नास-पाऊणशे एकरांचा मळा होता आणि इतर बारदानाही बापाने पुष्कळ जमवून ठेवला होता. नीट सुती लावून दिला होता. बापाच्या पश्चात कष्ट करण्याची गरज त्याला कधीच पडली नाही. त्यामुळे त्याचा निवांतपणा वाढला होता. सकाळ, दुपार, रात्र – केव्हाही पाहावं तेव्हा तो घरात निवांत पडलेला असे. शक्य असेल तितका वेळ झोपावं आणि बाकीचा वेळ उगीच पडून राहावं, फार तर आल्या-गेल्याशी गप्पा माराव्यात, असा त्याचा रोजचा भरगच्च कार्यक्रम असे. सकाळी उठल्यानंतर जेवणाची वेळ होईपर्यंत त्याच्या अंगात आळस भरलेलाच असे. जेवण झाल्यानंतर बराच वेळ त्याला सुस्ती येत असे आणि ही सुस्ती उतरल्यानंतर त्याला इतका कंटाळा येई की, मग कुठलंही काम त्याला करवतच नसे.

लोक म्हणत की, तो फार आळशी आहे. काम अजिबात करीत नाही. पण आता तुम्हीच सांगा की, या गोष्टींना त्यानं काय करावं? अशा या सगळ्या अडचणी आल्यावर त्यानं काम केव्हा करावं?... त्यामुळे त्याची पुष्कळ कामं खोळंबून राहत. मारुतीची वाट बघून-बघून थकत आणि आपापल्या वाटेने

निघून जात, ही गोष्ट खरी होती; पण त्याला आता त्याचा काय इलाज होता?

लोक मात्र त्याच्या या अडचणी समजून घेत नसत. त्याच्यावर टीका करीत असत. चारचौघांत त्याचा विषय निघाला म्हणजे कुणीतरी म्हणे, "मारत्याचं डोस्कं आगीनगाडीवानी पळतं; पण ह्यो बिरेक येऊन समदी घान झाली."

दुसरा म्हणत असे, "लई हयगय करतो कामाची. कुठलं काम येळेवर न्हायी करायचं."

"का? झोपायची टाइम येळंवर साधत न्हायी का?"

"व्हय. तिवडं काम करतो येळंवर आं. त्यात काय हयगय न्हायी."

"काम करतो पन लई लेट करतो."

"गाडी ऐन पायंटावर आली की, हिकडं झोपला गडी!"

अशी काहीतरी बोलणी होत आणि लोक त्याची टिंगल करीत, चेष्टा करीत आणि आपला वेळ आनंदाने घालवीत. लोकांचं हे बोलणं हळूहळू मारुतीच्या कानांवर जातही असे. नंतर चार-दोन दिवस मोठ्या नेटाने तो कामाला लागत असे. पण चार-दोन दिवसांच्या कामानेच त्याला इतका ताण पडे की, आपला पहिला ठरलेला कार्यक्रम पार पाडण्यात त्याला पूर्वीपेक्षाही उत्साह वाटे.

एकदा लोक असंच काहीतरी बोलले तेव्हा तो मनात चिडला. आता लोकांच्या बरोबरीने एखादं काम करून दाखवावं आणि त्यांचं नाक चांगलं ठेचावं, असं त्याला वाटलं. तरातरा उठून तो यशवंता देशमुखाकडे गेला. म्हणाला, "सांग, काय करू? तू म्हणशील त्यो उद्योग करतो. बोल, बोलन्यात हयगय करू नगंस."

यशवंत देशमुख आश्चर्याने म्हणाला, "अरे पण मर्दा, बसशील तर खरं."

"मला बसाय टाइम न्हायी. लई तापलो मी आता."

"आत्ता पन –"

"तू बोल मर्दा!"

यशवंताने त्याला हाताला धरून खाली बसवलं आणि विचारपूस केली. मारुती खरंच शेतीत स्वत: लक्ष घालण्याच्या गोष्टी बोलतो आहे, हे बघून त्याला आनंद झाला. त्याने त्याला नाना गोष्टी सुचविल्या. सध्या गुळाला तेजी आहे, तेव्हा एकर-दोन एकर ऊस करायला हरकत नाही, असं सुचविलं. हे कलम मारुतीला एकदम पसंत पडलं.

"करून-करून मग एकर-दोन एकर का? चांगला चार एकर लावतो." असं म्हणून मारुती उठला आणि घरी आला. तिथून मग त्याने अगदी विद्युत्‌वेगाने हालचाली केल्या. खांदणी केली. सल्फेट आणून टाकलं. तालुक्याच्या गावाला जाऊन उत्तमपैकी चारशे एकोणीसचं बेणं आणलं आणि मळ्यात चार एकर ऊस धडाक्याने लावून टाकला. पुढे एक पाणीही इमानाने दिलं.

पण तिकडं मळ्यात ऊस तरारून आला आणि इकडं मारुतीला एकंदरीत फारच कंटाळा आला. लोकांनी बोलावं काय आणि आपण चिडून जाऊन काहीतरी करावं काय, सगळाच मूर्खपणाचा बाजार आहे, असं त्याला पडल्या-पडल्या वाटू लागलं. हा नसता उद्योग आपण अंगाशी लावून घेतला नसता, तर बरं झालं असतं असं त्याच्या मनात सारखं येऊ लागलं.

– आणि मग महिनाभर त्याने उसाला पाणीच दिलं नाही.

हे कळल्यावर यशवंता भेटला आणि म्हणाला, ''मारुती मर्दा, पानी दे ह्या टायमाला. अशी का हयगय कराय लागलास?''

हे ऐकल्यावर मारुतीने पुन्हा पाणी द्यायचं ठरवलं. काम करून कडेला न्यायचंच, असं मनातल्या मनात ठरवून टाकलं.

मग तो यशवंतालाच डाफरून म्हणाला, ''हयगय कशापायी? नीट ध्यान हाय माजं.''

''हाय का?''

''तर...! आता आठ-पंधरा दिसांत येळ झाला न्हायी ही गोष्ट कबूल हाय.''

''मग?''

''मग काय? पानी काय एका दमात देऊन टाकतो. त्याला उशीर न्हायी.''

''उशीर न्हायी तर मग दे की.''

''उद्या विंजेन आनतो देगावच्या पाटलांचं. गाडीवर घालून आनतो की, हिरीवर बसवतो. भसा... भसा... भसा... पानी. काय उशीर हाय त्येला!''

''त्ये बग तू. आमी आपलं सांगितलं.''

असं म्हणून यशवंता उठून गेला आणि आपल्या कामाला लागला.

देगावचा पाटील मारुतीचा पाव्हणा होता. त्याच्याजवळ विहिरीवर चालणारं फिरतं इंजीन होतं. हे इंजीन पाटलाकडून उद्याच्याला आणतो, असं मारुती म्हणाला खरा, पण दुसऱ्या दिवशी त्याला देगावला जाणं झालंच नाही. बाहेर पडावं-पडावं म्हणून त्याने तिसऱ्या दिवशी मात्र खूप विचार केला. पण त्या दिवशी दुपारी ऊन इतकं कडक पडलं की, मारुतीचा अगदी निरुपाय झाला. अशा या उन्हा-पावसात मैलाचा तकाटा घेणं हे काही खरं नाही, असं त्याला वाटू लागलं. छे: छे:! उद्या गेलो म्हणून काय बिघडणार आहे? एका दिवसात काही ऊस रुसत नाही. वाळत नाही. इतके दिवस राहिलाच की नाही पाण्यावाचून? मग आणखी एक दिवस फारतर!

मारुतीने असा विचार केला आणि तो घरी आराम करीत पडला.

दुसऱ्या दिवशी सकाळी तो म्हणाला, ''छ्या! काल सकाळी जाया पायजे होतं देगावला. उगीच हयगय केली. ते काहीनाही. आज निघायचंच.''

पण त्या दिवशी आणखी काही महत्त्वाचं काम निघालं आणि तो त्याही दिवशी राहिला. एवीतेवी दोन दिवस गेलेच आहेत, असं म्हटल्यामुळे पुढचेही दोन दिवस असेच गेले आणि मग नंतर तो भराभरा उठला आणि देगावला गेला. पाटलाला भेटून इंजीन आणायचं काम त्यानं पक्कं केलं. आजच्या आज इंजीन नेतो, असं तो म्हणू लागल्यावर पाटलानं त्यात मोडता घातला.

पाटील म्हणाला, ''मारुतीनाना, आल्या-आल्या हे जायचं काय काडलंस? आल्यासारखं ऱ्हावा दोन दिस आन् मग जावा. पुना काय येनं हुतंय तुमचं?''

मारुती कुरकुर करीत बोलला, ''ऱ्हायी, पन –''

''पन काय?''

''ऱ्हायलो असतो. पर तिकडे पान्याचं काम तटलंय अगदी. नुसकान हुतं.''

''आरं तिच्या नुसकानीच्या! का दोन दिसांनी ऊस मरतोय का? पील पानी जरा सावकाशीनं.''

पाटलाचं हे बोलणं खरं होतं. आता इतके दिवस गेल्यानंतर दोन दिवसांनी आणखी काही बिघडण्यासारखं नव्हतं. शिवाय पाटील पाव्हणा माणूस होता त्याचा. आग्रह कसा मोडावा? आणि आता काळजी करायचं कारण काही उरलंच नव्हतं. इंजिनाचं काम होतं. भाक्ऽ भाक्ऽ भाक्ऽ एकदा पाणी सुरू झाल्यावर भरणं काय एक दिवसाचं काम!

आल्या-आल्या लगेच निघायचं म्हणजे मारुतीच्या जिवावरच आलं होतं. आता पाटलाने आग्रहच केला होता, तेव्हा काही प्रश्न नव्हता. दोन दिवस राहून गप्पा-टप्पा, जेवणखाण आटोपून मग इंजीन घेऊनच मारुती गावाकडं आला.

तो आला तेव्हा गडी वाटच बघत बसले होते. मारुती आल्यावर ते म्हणाले, ''मालक, निम्मा ऊस जळाय लागलाय, पानी दिलं तर राहिलेला तरी नीट हुईल. न्हायी तर समदा चाललाय पाक.''

हे ऐकल्यावर मारुती बोलला, ''इंजेन घेऊन आलोय दिसत न्हायी का? आता दोपारचं जेवनखान आटोपतो आन् आलोच मळ्याकडं.''

दुपारी म्हणता-म्हणता निघायला मारुतीला संध्याकाळ झाली. इंजीन अखेरीला बसवलं. पण त्याने पाणी द्यायला सुरुवात केली, तोच काहीतरी बिघडलं आणि ते बंद पडलं. अंधार इतका पडला होता की, इंजिनची दुरुस्ती करायची म्हटलं तरी ते शक्य नव्हतं.

तिरीमिरीने मारुतीने एक लाख शिवी इंजिनला मोजली. मग तो म्हणाला, ''आमच्या पावन्याचं कामच हे असलं. नेहमी हयगय.''

कंदील हातात वर धरून गडी बराच वेळ अवघडून उभा होता. तो म्हणाला, ''व्हय की!''

"आता अंधार झाला. कसं दुरुस्त होनार? उद्यांच्याला सक्काळी येऊन करून टाकू काम."

गड्याला मारुती ही काय वस्तू आहे याची पूर्ण कल्पना होती. म्हणून तो भीत-भीत म्हणाला, "आत्ताच का कराना मी म्हनतो. काय बिघडलंय?"

"ह्यॅऽऽ ह्यॅ... अंधारात कसं काम करतात लेका?"

"पण लई खोळंबा झालाया."

"आता एका रात्रीनं काय हुतंय? उद्या फाटंचा येतो आन् माशी उठायच्या आत काम करून टाकतो."

आणि गड्याने काही म्हणायच्या आत मारुती रस्त्याला लागलासुद्धा.

पण रात्री थंडी फार पडली आणि पहाटे तर असा गारवा सुटला की, मारुती काही जागाच झाला नाही. त्याला अगदी ऐटबाज झोप लागली. साखरेच्या पाकात आवळा ठेवावा, तसा तो उबदार पांघरूण आणि झोप यात गुरफटून गेला. सकाळी ऊनं तोंडावर आल्यावर जागा झाला.

सकाळ अशी गेली, दुपार विनाकारण गेली आणि मग घरी बसल्याबसल्याच मारुतीला इतकी महत्त्वाची कामे निघाली की, दोन दिवस त्याला मळ्याकडे फिरकताच आले नाही. दिवस-दीड दिवस असा गेल्यावर तो शेवटाला एकदाचा मळ्यात पोहोचला, तेव्हा ऊस चांगला कडंग झाला होता.

गडी म्हणाला, "आता पान्याचा काय उपेग न्हायी. समदं सरमाड झालं. आता कवा विंजन दुरुस्त करनार आन् कवा पानी मिळणार?"

बाह्या मागे सारून मिशीला पीळ भरीत मारुती म्हणाला, "अरं, हाय काय त्यात?... घंटा दीड घंट्यात इंजिनाला बोलायला लावतो. तू बघ तर खरं!"

असं बोलून हुशार मारुती कामाला लागला. तास-दीड तास मेहनत करून त्याने खरोखरीच इंजीन नीटनेटके केले. एखाद्या धंदेवाल्या माणसाने जेवढा वेळ घेतला असता, तेवढ्याच वेळात त्याने दुरुस्ती केली आणि इंजीन चालू केले. भसाभसा पाणी वर येऊ लागले.

पण या पाण्याचा काही उपयोग आता राहिलेला नव्हता. उसाची निव्वळ लाकडे झाली होती आणि तो सुधारण्याचे कसलेही चिन्ह नव्हते. दोन दिवस पाणी सोडून-सोडून दमल्यावर मग मारुतीच्या लक्षात ही गोष्ट आली. मग इंजीन काढून टाकून ते त्याने घरी आणून टाकले. म्हणाला, "बायली, ह्या उसाचं कामच आडमाप. जरा थांबायला सवड देत न्हायी मानसाला. त्यापेक्षा पानमळा न्हायी तर फळबाग करावी मानसानं."

आणि नंतर कुठल्या फॅक्टरीत जळणाला भाव जास्त आहे, हे बघून मारुतीनं सगळा ऊस जळण म्हणून विकून टाकला!

गावात पुष्कळ जणांनी ऊस केला होता. गुळाला भाव होता. शिवाय फॅक्टऱ्या जवळ होत्या. त्यामुळे कुणी घरी गुऱ्हाळ घातले, कुणी ऊस विकून टाकला. एकूण सगळ्यांना फायदा झाला. मारुती चव्हाण हा इसम सोडून बाकी कुणालाही त्यात तोटा झाला नाही.

चार मंडळींत मारुती बसला असताना यशवंताने मुद्दाम हा विषय काढला. तो म्हणाला, "बग लेका, समद्या गावावरनं गंगा येऊन गेली. पन तू लेका कोरडा ठनठनीत."

ते ऐकून मारुती बोलला, "असं झालं खरं! काय ना काय तरी निघालं आन् पानी देयाचं ऱ्हाऊनच गेलं, बायली."

रामा रोंगे स्पष्टपणे म्हणाला, "तुझी हयगय कारन त्येला."

बाकी काही असो, पण हयगयीचा आरोप मारुती बिलकूल ऐकून घेत नसे. त्यामुळे तो चिडला.

"माजी हयगय कशी?"

"मग कुनाची? का उसानं स्वत: हयगय केली म्हनावं?"

"मी मस्त येळेवर करायची खटपट केलती. पण सुधारलं न्हायी त्याला; मी काय करू?"

असं म्हणून मारुतीने सगळा इतिहास पहिल्यापासून सगळ्यांना ऐकविला. आपणच कसे बरोबर होतो आणि आपल्याकडून कुठंही कशी चूक झालेली नाही, हे तो तासभर घसा खरवडून सगळ्यांना सांगत बसला. लोकांनी त्याला खूप समजावून सांगितलं की, बाबा रे यात चूक तुझीच सगळी आहे. अंगमेहनतीने स्वत: झपाझप कामे केली असतीस म्हणजे नुकसान झालं नसतं. पण तुला कामाचा भयंकर कंटाळा. वेळेवर कुठलीही गोष्ट करायची नाही. या सवयीनेच वाटोळं झालं आणि असा स्वभाव ठेवशील, तर खालीखालीच जाशील.

पण हे बोलणं मारुतीला मुळीच पटलं नाही. तो आरडाओरडा करून म्हणाला, "पुना मला दाखवून द्या कामात कटाळा केला म्हनून."

रामा पुढं सरसावून म्हणाला, "मी दाखवून दीन पुना. शे-पन्नास येळा दाखवीन की! आता घर दुरुस्त करायचं म्हनला हुतास न्हवं? बगू या काय करतोस ते."

रामाने बरोबर मुद्दा काढला होता. मारुतीचं जुनं वडिलार्जित घर आता पडायला झालं होतं. घराच्या भिंती फुगल्या होत्या. माळवदावरची पेंड खाली गळत होती. धिरे डगडगत होते. एकंदरीत घर थोडंफार पाडून दुरुस्त करायला पाहिजे होतं. ही गोष्ट मारुतीलाही कबूल होती. गेल्या पावसाळ्यात गावात एक-दोघांची घरं ढासळली तेव्हाच मारुतीने यंदा आपलं घर पाडायचा निश्चय जाहीर करून टाकला होता. पण त्या गोष्टीला आता पुष्कळ दिवस गेले होते आणि पावसाळा तर दोन महिन्यांवर

आला होता.

ते सगळं मनात आठवून मारुती म्हणाला, "बरं मग? हाय काय त्यात अवघड! आठ-पंधरा दिवसांचं तर काम हाय. काय मोठी दुनिया हिकडची तिकडं करायचीय!"

"कर म्हणजे झालं."

"आन् केलं तर मग?"

"खडीसाखरेचा एक खडा ठिवंन मारुतीफुडं मी! म्हंजी तुझ्याफुडं न्हवं, देवळात."

हे ऐकून बसलेले लोक हसले, तेव्हा मारुती जास्तच चिडला. पाऊसकाळ यायच्या आत काम पूर्ण करतो आणि सगळ्यांना दाखवतो, असं त्यानं सगळ्यांना बजावून-बजावून सांगितलं आणि तो घराकडं परत फिरला. हिरिरीने कामाला लागला. गवंडी, सुतार, मजूर सगळ्यांना त्याने धडाक्याने बोलावून घेतलं आणि त्यांच्याशी बोली करून टाकली. नुसती बोली केली नाहीतर इसारही दिला आणि कामाला लवकर सुरुवात करायची असं सगळ्यांना फिरून-फिरून सांगितलं. एवढी हाती घेतलेली कामं संपली की येतोच; असं सगळ्यांनी कबूल केलं तेव्हा त्याला निम्मं काम झाल्यासारखंच वाटू लागलं. तो सगळ्यांना म्हणाला, "तुमी बगा तर खरं. महिन्याच्या आत घर कम्प्लेट. मी एकदा ठरविलं म्हंजी शिमिट-कांक्रीट काम. त्यात बदल हुनार न्हायी."

मारुतीने पहिल्यांदा पुष्कळ नेट धरला. पण गवंड्या-सुतारांनी तितका धरायला पाहिजे होता ना! त्यांची पहिली कामं लवकर पुरी झालीच नाहीत आणि महिनाभराच्या आत काम सुरू करायची बोली खरी झाली नाही. पुढे ते रिकामे झाले आणि मारुतीकडे आले तेव्हा मारुती फ्ल्यूने आजारी पडला होता. त्यामुळे पुन्हा आठ-पंधरा दिवस गेले. सगळ्यांची आजारीपणं संपून हाताखालची माणसं घेऊन गवंडी पुन्हा मारुतीकडे आला तेव्हा मारुती नुकताच हिंडूफिरू लागला होता. गवंडी जेव्हा म्हणाला, "भिंती पाडून कामाला सुरुवात करू या का आता!"

तेव्हा त्यालाच डाफरून मारुती बोलला, "चुना न्हायी, इटा न्हायत्या. आन् घर पाडायला निघालास व्हय तू? नुसतं घर पाडून ठिवून काय उनात बशिवतोस काय आमाला समद्यांना?"

गवंडी चाचरत म्हणाला, "मग सांगून न्हायी ठिवल्या व्हय इटा आन् चुना?"

"लेका, आत्ता आठवन करतो व्हय रं मला? चार-आठ रोज आधी येऊन का धरपडला न्हाईस?"

मारुतीने मग अशी सरबत्ती लावली आणि गवंड्याचा उद्धार केला की, तो गप्पच बसला. काहीतरी इकडं-तिकडं बोलून निसटला आणि पुन्हा बरेच दिवस

मारुतीकडे फिरकलाच नाही. मारुतीने मग विटा, चुना इत्यादी गोष्टींची चौकशी केली. तेवढ्यात सुतार भेटून गेला. त्याने सांगितलं, मी मोकळा हाय बरं का मालक. रानातनं लाकूड आनून टाका. म्हंजे माजं काम मी करून टाकीन. पुन्हा तुमची तक्रार नगं मागनं."

मारुती म्हणाला, "लेका, घर पाडायला पत्ता न्हायी अजून आन् तुज्या लाकडाचं काय धसकट मधीच? अजून मोप टायेम हाये त्येला."

"त्ये बगा तुमी."

"गवंडी कामाला तर लागू दे, का लगी इकडं झाडं तोडून सुतारमेटावर टाकलीत म्हणून समज."

पण सुताराने फारच आग्रह धरला तेव्हा मारुती आधी झाडं तोडायच्या मागं लागला. दुपारचं ऊन, रात्रीची थंडी ही त्याची सगळी पथ्यं सांभाळून लाकूड गावात यायला आठ-दहा दिवस गेले. या भानगडीत चुना आणि विटा सांगायच्या तशाच राहिल्या. त्यामुळे पुन्हा मजूर आणि गवंडी खोळंबून राहिले. अखेरीला सगळं जेव्हा व्यवस्थित जमलं तेव्हा कुठे मारुतीने फक्त चार दिवस कंटाळा केला आणि मग एकाएकी रोहिणीचा पाऊस लागला. चार दिवस उगीच वाया घालविले, असा कुणीतरी मारुतीवर ठपका ठेवला. तेव्हा तो म्हणाला, "ह्यॅ:! चार दिवस गेलं म्हनून काय झालं? जरा रेस्ट नको का मानसाला? कटाळा आला म्हनून बसलो चार दिवस निवांत. आता मृगाच्या आत करून टाकू काम चट की पट. मृग काय एवढा पडत न्हायी आपल्याकडं."

पण या वेळी मात्र मारुतीचा अंदाज चुकला. रोहिणी संपून मृगाच्या पहिल्या चरणातच पावसाने असा धुमाकूळ मांडला, की काही विचारू नका. जोराची वावटळ आणि मुसळधार पाऊस. पहिल्याच दिवशी दोघांनी रात्रभर धिंगाणा घातला. घराघरावरचे पत्रे उडून गेले. झाडं मोडून पडली. जुनी घरं धडाधडा खाली आली आणि जिकडं-तिकडं पाणीच पाणी झालं.

त्याच रात्रीला मारुतीच्या घराच्या दोन भिंती धडाड करून कोसळल्या आणि त्यांचा आवाज सगळ्या गावात ऐकू गेला. भिंती पडल्या त्या पडल्या, पण वर माळवद, पडद्या, खांब घेऊन पडल्या. त्यामुळे तर हा आवाज फारच मोठा निघाला.

लोक घाबरून उठले. म्हणाले, "चव्हाणाचं घर पाक बसलं. मेली मानसं समदी."

अंधार गुडूप पडला होता. काही म्हटल्या काही दिसत नव्हतं. वारा भणाणा सुटला होता आणि वरनं पाऊस मुसळधार कोसळत होता. तरीसुद्धा घराघरातनं कंदील लावून माणसं धावली. तशा त्या ढिगाऱ्यातून त्यांनी मारुतीची बायको आणि पोरं बाहेर ओढून काढली. घरी नेऊन त्यांच्या जखमांवर पालापाचोळा बांधला.

पण मारुतीचा पत्ता लागला नाही.

अखेर सकाळ झाली. उन्हं चांगली पडली तेव्हा लोकांनी मातीचा सगळाच्या सगळा ढिगारा उपसून काढला. खाली एकमेकांवर वेडीवाकडी पडलेली दोन-तीन खांडं त्यांनी उचलून बाजूला काढली तेव्हा अस्ताव्यस्त स्थितीत पडलेला मारुती त्यांना आढळला.

ते बघून मारुतीच्या बायकोने गहिवरच घातला. तिने मोठ्यांदा गळा काढला. आई रडते हे बघून पोरांनीही भोकाड पसरलं.

ती रडारड ऐकून लोकांना वाटलं की, मारुती नक्की मेला असावा.

पण मारुती मेला नव्हता. जिवंत होता. तो फक्त बेशुद्ध होऊन पडला होता.

रामाने छातीला कान लावून पाहिलं, श्वास पाहिला, तेव्हा त्याला ही गोष्ट कळली. तो ओरडून म्हणाला, ''आरं जित्ता हाय ह्यो. घाबरायचं कारन न्हायी. चला उचला ह्येला आधी.''

मारुतीला उचलून शेजारच्या घरात नेलं. नाना उपचार केले, तेव्हा तो सावध झाला. मोठ्यांदा विव्हळू लागला.

यशवंताने त्याचा डावा हात हलवून त्याला शुद्धीवर आणण्याची खटपट केली, तेव्हा तो मोठ्यांदा ओरडला. अगदी गुरासारखा ओरडला आणि यशवंताला कळलं की, याचा डावा हात बराच मोडला आहे. खांड बरोबर हातावरच पडल्यामुळे हाडाचा तुकडाच पडला आहे.

मारुती चांगलाच सावध झाल्यावर यशवंता त्याला म्हणाला, ''मारुतराव, चला आता तालुक्याच्या गावाला. सरकारी दवाखान्यात. हाताचं कलम हितं बरं होण्यापैकी न्हायी.''

मारुती विव्हळतच होता. डोळे उघडून कण्हत-कण्हत तो बोलला, ''आं... बरं.''

''आजच्या आज.''

''व्हय.''

''न्हायी तर म्हनशील, जाऊ उंद्याच्याला, काय गडबड हाये?''

मारुती पुन्हा कण्हत-कण्हत म्हणाला, ''तसं का हुईना शेवट. जाऊ उंद्याच्याला.''

''हात् तुझी गं –''

असं म्हणून यशवंताने गाडी केली. तिच्यात मारुतीला आदबशीर निजवलं आणि संध्याकाळपर्यंत तालुक्याच्या सरकारी दवाखान्यात त्याला दाखल करून टाकलं. तिथे त्याचा हात प्लॅस्टरमध्ये बांधला. मग आठ-पंधरा दिवस त्याला तिथंच पडून राहावं लागलं.

या आठ-पंधरा दिवसांत त्याला भेटायला गावातल्या माणसांची रीघ लागली.

कुणी ना कुणी रोज दवाखान्यात येऊन गेलं. माणसं भेटायला येत, विचारपूस करीत आणि घटकाभर बसून परत जात. हळूहळू त्याला बरं वाटू लागलं. थोडंसं बसता येऊ लागल्यावर तो खुशीत आला. आल्यागेल्याशी गप्पा मारू लागला.

यशवंता देशमुख एक दिवसाआड त्याला भेटायला येत होता. एक दिवस गप्पा मारता-मारता यशवंताने मागला सगळा भाग उकरून काढला आणि मारुतीला नाना प्रकारे त्याची चूक समजावून सांगितली. शेवटी तो म्हणाला, "बगितलंस? जरा कंटाळा सोडला असतास आन् केलं असतंस काम येळेवर तर ह्यो परसंग आला असता का बाबा?"

"व्हय की!"

"नशीब समज वाचलास. न्हायी तर जीवच गेला असता तुजा."

"अगदी खरं. ह्यो सोभावच नडला मला."

असं म्हणून मारुती गप्प बसला. एरवी तो भांड-भांड भांडला असता. आपलंच म्हणणं कसं बरोबर होतं, हे त्यानं पटवून दिलं असतं. पण आज तो गप्प बसला. थोडा वेळ गप्प राहून विचार करीत राहिला. मग एकाएकी त्याने यशवंताला विचारलं, "तुला सुंदरी आठवतीया का रं डोंबाऱ्याची?"

हे काय मध्येच याने काढलं, अशा अर्थीचा चेहरा करून यशवंता मारुतीकडे बघू लागला. आश्चर्याने म्हणाला, "व्हय. गेल्या साली ती पळून गेली न्हवं पवाराच्या पोराबरूबर. तीच का?"

"तीच."

"पण तिचं काय?"

एक सुस्कारा सोडून मारुती बोलला, "ती माज्यावर लई खूश होती. बाजारला मी तिच्या गावी गेलतो का दोन-पाच येळेला? तिथं वळख झाली. ती फुडं वाढली. जवळ-जवळ जुळलंच म्हण की आमचं."

डोंबाऱ्याची सुंदरी म्हणजे लाखात एक बाई होती. तिच्यासाठी बारा गावची माणसं उड्या मारीत होती. स्वत: यशवंताही काही काळ गुंगला होता. तिच्या पाठीपाठीशी होता. पण तिचं मन आपल्याकडे लागत नाही, हे बघितल्यावर त्याने तिचा नाद सोडून दिला होता. अशी ही नेमचंद बाई एके काळी मारुतीवर खूश झाली होती... यशवंताला खरं वाटेना.

पण मारुती उगीच थापा मारणारांपैकी नव्हता. याबाबतीत तो कधीच खोटं सांगणार नाही, अशी त्याला खातरी होती. म्हणून त्याने आश्चर्याने डोळे विस्फारले. विचारलं, "काय म्हनतोस काय मारुती तू?"

"देवाशपथ खरं! खोटं सांगत न्हायी."

"पर कधी बोलला न्हायीस मागं मला?"

"बोलन्यासारखं काय झालंच न्हायी."

"म्हंजे?"

मारुती म्हणाला, "म्हंजे काय? फुडं जुळलं आमचं. मनोमन गाठ पडली. शेवटाला तिनं बोली केली की, आज रातच्याला दहा वाजता गावाभायेर वडाच्या झाडाखाली यायचं. मी कायम तिथं हाय. मी व्हय मनालो आन् घरी आलो."

यशवंताचं मस्तक अगदी गरम होऊन गेलं. कानशिलं तापली. त्याची उत्सुकता कळसाला पोहोचली. अधीर होऊन तो म्हणाला, "मंग? मंग काय झालं त्या दिवशी रातच्याला?"

मारुती मान खाली घालून बसला. बराच वेळ बसला. काही बोलला नाही. मग अवघडलेला डावा हात अधांतरी वर धरीत, धडपडत तो उठून बसला. पलंगाला टेकला. खिन्नपणाने मान हलवीत अगदी सावकाश आवाजात तो म्हणाला, "व्हय, म्हनालो तिला आन् घरी आलो. रातच्याला जोरदार जेवण झालं. पोट गच्च झालं आन् मग जो कंटाळा आला म्हनतोस, झोपलोच! गेलोच न्हायी तकडं अजाबात."

■

सहा

पंचाक्षरी

तात्या गुरव हा टिनपाट माणूस म्हणून सगळ्या गावात प्रसिद्ध होता. 'तात्या टिनपाट' याच नावाने लोक त्याला हाका मारीत असत. अंगाने बुटका, वर्णाने काळा आणि आकाराने फाटका असलेला हा माणूस तोंड उघडे ठेवून अजागळासारखा गावात फिरत असे. त्याच्याकडे एकदा जरी पाहिले तरी हा माणूस 'टिनपाट' या पदवीला सर्वथैव योग्य आहे, अशी बघणाऱ्याची खातरी पटत असे. कपाळाला 'इबीत' लावून आणि कमरेला धोतर-करगोटा गुंडाळून तात्या उगीचच गावभर हिंडत असे. भेटेल त्याच्याशी गप्पा हाणाव्यात, पान-तंबाखू खावी आणि घरी परत यावे व झोपावे, असा त्याचा कार्यक्रम असे. देवीच्या देवळात येणाऱ्या नैवेद्यावर तो खूश होता. त्यापेक्षा अधिक काही मिळवावे असे, त्याला वाटत नव्हते.

गप्पा मारतानासुद्धा बावळटासारखे प्रश्न विचारूत नो स्वत:ची अक्कल जगजाहीर करीत असे.

गावातल्या एखाद्या माणसाने एखादी बाई फूस लावून काढून नेली; अशी बातमी कुणी सांगितली की, तात्याचा चेहरा आश्चर्याने भरून जाई; तो विचारी, "काढून नेली?"

"हां!"

"म्हंजे काय केलं?"

"म्हंजे पळवून नेली. लेका, तुला एवढं कळाना का?"

तात्या आणखी गोंधळात पडून म्हणे, "पन बाया कशापायी पळवून नेत असत्याल बरं मानसं?"

सांगणारा हतबुद्ध होई. तिरसटपणे म्हणे, "दत्तक घ्यायला म्हून पळवून नेत्यात! समजलं?"

हे ऐकल्यावर तात्याचे क्षणभर समाधान होत असे. पण दुसऱ्याच क्षणाला तो विचारीत असे, "बायाबी दत्तक घेत्यात म्हना की मानसं! ही एक बरी सोय आहे."

"झकास सोय आहे. सरकारनं कायदाच करून

सांगितल्यालं हाय की, ह्याफुडं बायाच दत्तक घ्याव्यात म्हनून. समजलं? आता गप्प पड बरं....''

एकंदरीत असा संवाद चालत असे आणि सगळ्यांचीच तात्या हा जातिवंत मूर्ख इसम असल्याची खातरी पटत असे.

तात्याबद्दल गावात एकूण मत अशा प्रकारचे असले, तरी एक गोष्ट अशी होती की, त्या वेळी हटकून तात्याची सगळ्यांना आठवण येत असे. तात्याने विंचवाचा मंत्र पाठ केला होता. अमावस्या, पौर्णिमा, ग्रहण अशा दिवशी नदीला जाऊन आणि कमरेइतक्या पाण्यात तास-तास उभा राहून त्याने या मंत्राची सिद्धी मिळवली होती. त्यामुळे गावात कुणालाही विंचू चावला की, तात्याला बोलावणे येई.

''तात्याबा, चला लवकर, देसपांड्यांच्या सुनेला विंचू डसलाया. तुमाला अर्जंट बोलावलंय.''

अशा वेळी तात्या दोन-दोन, तीन-तीन बोलावणी घेऊन मग जिथे हे विंचवाचे प्रकरण निघाले असेल तिथे जाई. त्या वेळी कुणी त्याची चेष्टा करीत नसे. तात्या हातात राख घेऊन रोग्याच्या पोटरीला चोळी आणि मंत्र पुटपुटू लागे. त्याची पोटरी हातांनी दाबीत-दाबीत हात खाली-खाली आणी.

''ईष इथपत्तुर आलं. आलं का न्हायी?''

रोगी कण्हत कुंथत म्हणे, ''होय, आलं.''

''शाबास. आता आणखी खाली आलं. आलं का न्हायी?''

''आलं, आलं.''

''भले! अवो येनारच. विंचवाचा बाप हाय मी. माझ्यापुढं कुनाची नांगी टैट ऱ्हात न्हायी. एकदम खाली. गाडीचा शिनगळ असतो तसा.''

''अगदी खरं. पन आनखीन उतरवा हे ईष.''

''आता पाय आपटा जोरजोरानं.''

रोगी यावर जोराने जमिनीवर लाथा झाडत असे.

''शाबास. आता झाडा पुन्यांदा पाय थोडा येळ... हां, हे खलास झालं बगा समदं.''

अशा रीतीने विंचू उतरविण्याचा कार्यक्रम होई. रोगी शांत होऊन खाली बसून राही आणि मग लोक घटकाभर त्याच्याकडे कौतुकाने बघत. नाही म्हटले तरी तात्या अगदीच काही टिनपाट नाही, त्यालासुद्धा देवाने काही देणे दिले आहे, हे त्यांना कबूल करावे लागे. पण हे किती वेळ? तास – अर्धा तास. मग तात्या हा मूर्ख इसम असल्याची आठवण सगळ्यांनाच हळूहळू होऊ लागे आणि त्याची थट्टा करायला सुरुवात होई.

कुणीतरी म्हणे, ''तात्याबा, तुमच्यासारका मानूस 'पंचाक्षरी' व्हाया पायजे.

आपल्या गावात अजून कुनी मंत्र्या न्हायी. तुमी एक हून टाका.''

तात्या थोडा विचारात पडून म्हणे, ''खरं म्हंजे हुयाला पायजे. आन् माझ्याबिगर दुसरं कोन हुनार गावात? कोन एवढी छाती करणार? आँ?''

''अगदी बरुबर. अर्जुनासारखी छाती तुमची तात्याबा. तुमीच हून जावा.''

दुसरा यात आणखी भर घालीत असे.

''हां, फसक्लास मंत्र्या. एकदम फास्ट काम. कुटंबी भुताला थुका लावायचं काम आलं की, तात्याबाची आठवन झाली पायजे सर्व्यांना.''

''हाय, खटपट चालू केलीय म्या.''

असं उत्तर देऊन तात्या विचार करीत राही. त्याचे मन असंतुष्ट होई. आपण एक जबरदस्त मांत्रिक व्हावे, ही मुळातली इच्छा अशा बोलण्याने पुन्हा उसळून वर येई. विंचू उतरविणे ही एक तशी क्षुल्लक बाब आहे, ही गोष्ट त्याला पटू लागे. विंचवाचे विष उतरविण्यात कौतुक करण्यासारखे विशेष काय आहे? खरं म्हणजे आपण आता मांत्रिक, पंचाक्षरी असे काहीतरी व्हायला पाहिजे. सापाचे विष उतरविण्याची ताकद आपल्यात आली पाहिजे. सापाचे एक सोडा. ती जात जरा चमत्कारिक असते. उलटून चावायची भीती असते आणि तसे झाले तर माणूस खतम होतो, एखाद्या वेळेला. पण भुतांचा प्रश्न हा तर ज्वलंत प्रश्न! भुते नाहीत असे एक गावठाण दाखविता येणार नाही कुणाला. जागोजाग भुते माणसाला लागतात. काही-काही भुते तर जुनाट असतात. माणसाला अगदी पिळून काढतात. एखादा जबरदस्त पंचाक्षरी असला तर ठीक, नाहीतर झाडाला धरलेले हे भूत फार दंगामस्ती करते. अशा चावट भुताला तडीपार करण्याची विद्या आपल्याला आली पाहिजे.

तात्या गुरवाच्या डोक्यात असे अनेक मोठमोठे विचार येत. आपण मोठे मांत्रिक झालो आहोत, अशी स्वप्ने त्याला पडत. आपण रस्त्याने तोंड आऽऽ करून चाललो आहोत. आपल्याला नुसते बघूनच भुते सामानसुमान, भांडी-कुंडी टाकून जीव घेऊन पळत आहेत. कुणी पाया पडत आहेत, शरण येत आहेत, कुणी आपले हात-पाय चेपीत आपली सेवा करीत आहेत, अशा गोष्टी त्याला स्वप्नांतून नेहमी दिसत असत.

पण हे सगळे स्वप्नात दिसत होते. ते प्रत्यक्षात यायला पाहिजे होते ना? त्यासाठी काय करावे?

तात्याने याबाबतीत थोडासा उद्योग करून पाहिला होता. एक-दोन लांबच्या पंचाक्षऱ्यांना गुरू व्हायची गळही घातली होती. पण त्यांनी त्याला झिडकारून लावले होते आणि तात्याची इच्छा तशीच राहिली होती. आपण एकट्याने हा प्रयत्न करावा असे त्याला काही वेळा वाटून गेले होते. पहिले सुरुवातीचे एक-दोन धडे त्याने गिरविलेही होते. पण पुढे-पुढे भिऊन त्याने हा नाद सोडून दिला होता. अहो,

ही विद्या काही इतकी सोपी असते का? त्यासाठी कडक साधना करावी लागते. शुद्ध वैरागी होऊन वणवण हिंडावे लागते. वेळी-अवेळी स्मशानात जाऊन जपजाप्य करावे लागते. वेळप्रसंगी प्रत्यक्ष वेताळाशी मुलाखत करावी लागते. हे सगळे गरीब तात्याच्याने जमणारे नव्हते. निभणारे नव्हते. पण तरीही त्याची तशी इच्छा होती. एखाद्या भुताला पैसे चारून, पोटभर खायला घालून का होईना, पण हे ज्ञान मिळवायचे, केव्हा ना केव्हा तरी मिळवायचे, असा त्याने मनाचा निश्चय केला होता. एकंदरीत दिवस अशा प्रकाराने चालले होते.

दुपारच्या वेळेला तात्या नेहमी झोपलेला असे. फार तर झोपेतून उठून दातकोरण्याने कान खाजवीत बसलेला असे. आज तो असाच बसला होता. दातकोरण्याची काडी कानात घालून तो हळूच फिरवीत होता आणि डोक्याने विचार करीत होता. त्याच्या तोंडावर नेहमीप्रमाणे आश्चर्य पसरलेले होते.

बाहेर उन्हे मागे सरकत होती. हळूहळू मावळतीकडे परतत होती. मधूनच वाऱ्याची गार झुळूक येत होती आणि उकाड्यामुळे होणारी तलखी कमी होत होती.

तेवढ्यात बाहेरून कुणीतरी हळी दिली, "तात्याबा हायती का आत?"

तात्याने आपले कान खाजवायचे काम एकदम बंद ठेवून क्षणभर बाहेरच्या बाजूला डोकावून पाहिले आणि मग उत्तर दिले, "कोन हाय? आत या!"

आत आलेला माणूस थोडासा घाबरट तोंडानेच आत आला. हा माणूस गावातला नाही, परगावचा आहे एवढे त्याच्या चेहऱ्यावरून कळले. गावातले एकूण एक चेहरे तात्याच्या चांगल्या ओळखीचे होते. अगदी म्हाताऱ्याकोताऱ्यापासून तो थेट लहान पोरापर्यंत. आता अगदी अलीकडे बाळंतीण झालेल्या बाया किंवा अजून व्हायच्या आहेत अशा बायका सोडून द्या. ती पोरे काही तात्याला माहीत नव्हती. पण बाकी सगळे छाप त्याच्या ओळखीचे होते... मग हा माणूस आपल्याकडेच आला आहे म्हणावे काय?

तात्याने क्षणभर निरखून पाहिले आणि विचारले, "कोन पायजे?"

तो माणूस बराच दमलेला दिसला. धापा टाकीत, दम खात तो थोडा वेळ थांबला आणि म्हणाला, "तात्याबा गुरव. पंचाक्षरी. तुमीच ना त्ये?"

पंचाक्षरी म्हणून त्याने तात्याचा गौरवाने उल्लेख केल्यामुळे तात्या मनात खूश झाला. तोंड उघडून तो म्हणाला, "मीच त्यो. काय काम हाय? कुनाला इंचूबिंचू चावला काय?"

"छ्या:! तवड्यापायी आपल्यासारक्याला तरास कसा वो दीन मी?... तास-दोन तास टनाना करीत बसावं लागतं. बाकी इंचवाचा काय ताप नसतो."

"मग कशाला आलता?"

"अवो, त्यो न्हाव्याचा हऱ्या सकाळपासनं झपाटलाया. तापानं आजारी पडलंय

पोर. सारकी बडबड चाललीय.''

"बरं मग?''

"मग काय? म्हनलं गावातनं मंत्र्या न्यावा कुनी तरी. चौकशी केली तवा लोकांनी पटशिरी तुमचं नाव घ्येतलं म्हनून तुमच्याकडं आलो.''

"बरं, आलात माज्याकडं. मग फुडं काय झालं?''

हा प्रश्न ऐकल्यावर तो माणूस 'आ' वासून तात्याकडे पाहू लागला. थोड्या वेळाने तात्याच्या ध्यानात आलं की, पुढे जे काही झाले ते आपल्यासमोरच झाले आणि आपल्याशीच झाले. तेव्हा हा प्रश्न विचारण्यात आला, हे थोडेसे चमत्कारिक झाले.

"चला, चटशिरी आन् करा काम एवढं. न्हायी म्हनू नगा!''

हे ऐकल्यावर प्रथम तात्याला आपल्या पोटात गोळा आल्यासारखे वाटले. भुते काढायची विद्या काही आपल्याला येत नाही, असे त्याला सांगून टाकावे, असे तात्याला वाटू लागले. होय, तिथे आपण गेलो आणि नाही निघाले भूत, तर मग काय करणार? एखाद्याला विंचू चावला आहे, अशी गोष्ट असती तर मग निराळे काम होते. एकाच माणसाला काय, पण गावातल्या सगळ्या माणसांना जरी ते चावले असते तरी ते उतरवले असते. फार काय एकाच माणसाला डझन विंचवांनी सटके दिले असते, तरी काही भीती नव्हती. ते आपल्या हातातले काम होते, पण हे काम कसे जमणार? इथे आपण त्या भुताशी कोणत्या ताकदीने लढणार?

तोंडात आलेली थुंकी गपकन गिळून तात्या म्हणाला, "पण –''

तो माणूस घाईघाईने म्हणाला, "आता पनबीन काय म्हनू नगा. हात जोडतो तुमच्याफुडं. चला आशीक!''

"त्ये खरं. पन मी येऊन सुदिक न्हायी काय उपेग झाला, तर मग?''

"आसं कसं हुईल?''

"होतं काय-काय येळेला. ही भुताची जात चिकट भोकरासारकी असती. डिकासारकी चिकटून बसत्यात मानसाला!''

"मग एक छडीचा दनका ठिवून द्यायचा.'' तो माणूस विश्वासाने म्हणाला, "तुमच्यासारक्याला काय अवघड हाय व्हय?... अवो, मागं तर म्या एक मंत्र्या पाहिला हुता. त्यो नुसता छातीत बुक्की मारून भुतं बाहेर काडायचा. मंत्रबिंत्र काय म्हनायचा नाही!''

तात्या कुतूहलाने म्हणाला, "छातीत बुक्की मारायचा?''

"व्हय!''

"कुनाच्या छातीत?''

"त्या मानसाच्या हो. तुमाला काय वाटलं सोताच्या व्हय?... हॅऽऽ हॅ... तर अशी गंमत. अवो, काही झालं तरी पंचाक्षऱ्याफुडं भुतं म्हंजे मारुतीफुडं नंदी.''

तात्या म्हणाला, "आं? महादेवाफुडं नंदी आसतो ना? मारुतीफुडं ह्यो कवापासनं बसायला लागला?"

"हां... हां, महादेवाफुडंच. मारुतीफुडं न्हायी... बरुबर. चला आता. काय तुमाला वाटत आसंल त्ये करून बगा. पन चला."

तात्या थोडा वेळ तसाच थांबला. आपण जावे का जाऊ नये याचा त्याने घडीभर विचार केला. पहिल्यांदा त्याला वाटले की, विनाकारण जाऊन त्या भुताला खवळण्याचा उद्योग आपण करू नये हे बरे. पण पुन्हा त्याला वाटू लागले की, ही आलेली संधी आपण गमावू नये. फारतर नाही होणार काम. पण जाऊन काय प्रकार होतो ते बघायला काय हरकत आहे? इतकी वर्षे आपण काही ना काही करीत आहोत, एक-दोन मुळाक्षरे शिकलो आहोत, त्याचा अगदीच काही उपयोग होणार नाही असे कशावरून? कदाचित एखादे नवशिके, घाबरट भूत असले, तर पळून जाईलही. नाही म्हणून कुणी सांगावे?

तात्याने मनाशी असा विचार केला आणि म्हटले, "तुमी कुटले म्हनलात?"

"हिवरगावचे. ह्ये इथून दोन कोसांवर हाय बगा."

"ते खरं! पन तिथून आमचं गाव दोनच कोसांवर हाय ना? न्हायी म्हंजे परत यायच्या दृष्टीने इच्यारतो."

"हां, तिकडूनबी दोन कोस आन् हिकडूनबी दोनच कोस."

"मग बरं झालं. चला."

असे म्हणून तात्या उठला. त्याने अंगात सदरा अडकवला. डोक्याला रुमाल घातला आणि हातात काठी घेऊन तो पायऱ्या उतरीत धांदलीने म्हणाला, "चला लवकर. दिवस बुडायला आला."

दोघेही रस्ता तुडवीत निघाले त्या वेळी चांगला उजेड होता. आभाळ स्वच्छ होते आणि सरत्या उन्हाचा तांबूस शेंदरी रंग तोंडावर पसरला होता. पण दोन कोसांची मजल मारता-मारता दिवस पाठीमागे गेला आणि चांगली संध्याकाळ झाली. ते गावात शिरले आणि न्हाव्याच्या घराकडे आले तेव्हा अंधार दाटत होता. बाहेरची वर्दळ कमी होत होती. घरोघर चुली पेटल्या होत्या आणि त्याचा धूर बाहेर पडत होता. एखाद्या भुतासारखा अस्पष्ट आणि वेडावाकडा होत आभाळात चढत होता. दमली-भागलेली माणसे ठिकठिकाणी घोळामेळाने बसून चकाट्या पिटीत होती. न्हाव्याच्या घरातली माणसे त्यांचीच वाट बघत होती. काय वाटेल ते करून जवळपासचा जबरदस्त मंत्र्या घेऊन येतो असे सांगून गेलेल्या गणा कुंभाराची वाट बघत होती. काळजी करीत होती.

मंत्र्याला घेऊन येणारा गणा कुंभार दारातून आत शिरला तेव्हा सगळ्यांच्या जिवात जीव आला. म्हातारा कोंडिबा न्हावी म्हणाला, "वा गणपतराव! खैर केलीत

तुमी आज!''

मग मुंडासे घातलेल्या आणि अजागळपणाने इकडे-तिकडे पाहणाऱ्या तात्याला तो म्हणाला, ''या की हो. वसरीवर या.''

अंगणात बसलेल्या लोकांनी दुभंगून वाट करून दिली, तसा तात्या उगीचच मान हलवीत ओसरीच्या पायऱ्या चढून वर आला. चौदा-पंधरा वर्षांच्या त्या पोराला त्यांनी ओसरीवरच फाटक्या घोंगड्यावर निजवले होते. अंगाने मूळचेच हाडस असलेले ते पोरगे शरीरानेही वळणदार होते. पण आता भुताने त्याला निपचित पाडले होते. ते मधून-मधून घुमत होते, आरडाओरडा करीत होते आणि किंकाळ्या फोडीत होते. त्याच्या ओठाच्या कडेने फेस वाळला होता. वर-खाली होणारी छाती एवढीच त्याच्या जिवंतपणाची खूण दिसत होती.

तात्याने दबकत-दबकत हे सगळे नजरेने टिपून घेतले आणि कोरडे झालेले ओठ ओले करीत इकडे-तिकडे पाहिले.

ओसरीवर घरची माणसे गंभीर चेहरे करून बसली होती आणि सबंध अंगणभर माणसेच माणसे पसरली होती. बायका, पोरे, बापये गडी सगळ्यांचीच तिथे गर्दी झाली होती. गेल्या कित्येक वर्षांत गावात कोणाला भूत लागलेले नव्हते. त्यामुळे हा ऐतिहासिक प्रसंग पाहायला निम्मे गाव लोटले होते. ठिकठिकाणी माणसे कुजबुज करीत होती आणि तात्याकडे बोट दाखवीत होती. बघणारी माणसे मोठ्या आदराने या मंत्र्याकडे टक लावून बघत होती. एखाद्या लग्नाच्या मिरवणुकीतल्या नवऱ्या मुलाकडे पाहावे तशी!

ते बघून तात्याच्या काळजात धस्स झाले.

इतक्या सगळ्या माणसांच्या देखत आपला हा प्रयोग यशस्वी झाला तर ठीक, नाहीतर आपल्या फजितीला पारावार नाही. सगळ्यांच्या देखत जर भूत वसकन अंगावर आले तर काय करायचे? आणि ते येईलही एखाद्या वेळी. मोठी अडाणी जात असते. तसे झाले तर काय-काय करावे? छे: छे:! हे भलतेच झेंगट आपण पाठीमागे लावून घेतले!

हे झपाटलेले प्रकरण साधे नाही, असे बऱ्याच मंडळींना वाटत होते. हा नवा मंत्र्याही कसलातरी विचार करण्यात गुंतला आहे, हे बघून तर त्यांची त्याबद्दल खातरीच पटली. ते आपसात कुजबुजू लागले आणि तिथे गोंगाट वाढला.

मग गणा कुंभार तात्याच्या कानाशी लागून म्हणाला, ''हं, करा सुरुवात.''

तात्या घशातून आवाज काढून म्हणाला, ''होय, करतो.''

''आता मागं-फुडं बघू नका. नुसतं त्या भुताला आजात उचलून आदळलं पायजे, काय?''

''होय, होय!''

एवढे संभाषण झाल्यावर तिथे विलक्षण शांत वातावरण निर्माण झाले. कुजबुजणारे लोक बोलायचे थांबले. बायका-पोरं जागच्या जागी खिळून उभी राहिली. आवाजाचा टिपूसही ऐकू येईनासा झाला आणि अगदी दुर्मीळ शांतता त्या जागी भरून राहिली.

तात्याने पाहिले की, आता चालढकल करण्यात काही जीव नाही. काही ना काही उद्योग सुरू केला पाहिजे. न जाणो, पहिल्या झटक्यालाच काम होऊनही जाईल, असा विचार करून त्याने तोंडातल्या तोंडात मंत्र पुटपुटायला सुरुवात केली. थोड्या वेळाने पाण्याचा एक चौक भुईवर काढला. त्यावर गुलाल टाकला आणि शेजारी ठेवलेले धान्य हातात घेऊन ते त्या पोराच्या अंगावर मारायचा दणका सुरू केला.

या शास्त्रातले तात्याला येत होते, ते एवढेच!

असा थोडा वेळ गेला आणि ते पोरगं घुमू लागलं. हांऽ हूंऽ हांऽ हूंऽ असा त्याचा आवाज स्पष्ट ऐकू येऊ लागला आणि मग त्या न्हाव्याच्या पोराने एक जबरदस्त किंकाळी फोडली.

ती किंकाळी ऐकून तात्याला एकदम घाम आला. तो दचकला. इतका की त्याच्या हातातले मंतरलेले तांदूळ एकदम खाली पडून भुईवर सांडले.

थोडासा सावरून तो धान्य फेकीत चाचरत म्हणाला, "तू... तू कोण आहेस?"

यावर पोरगा म्हणाला, "मी पैलवान हाय."

"कसला पैलवान? पंजाब का साधा?"

भूत गंभीरपणाने म्हणाले, "मी मोठा पैलवान हाय."

तात्या त्याची समजूत घालीत म्हणाला, "अरे, मोठा आहेस, हे समजलं. पन देशी पैलवान हायेस का, पंजाब हायेस म्हून इचारलं म्या."

तात्याचे हे गमतीदार बोलणे ऐकून पुन्हा सगळ्यांची खातरी पटली की, हा जबरदस्त मंत्र्या आहे. प्रत्यक्ष भुताशी जो इतकी सलगी करतो, तो कुणाला भिणार नाही. याच्या हातून शंभर टक्के काम होणार!

भूत ओरडून म्हणाले, "मी पैलवानाचा गुरू हाय."

तात्याने हे बोलणे ऐकल्यावर बरेचसे समजल्यासारखा चेहरा केला. निदान मंडळींना तसे वाटले. तो बावळट चेहरा करून म्हणाला, "ह्याला डबल भूत लागलेलं हाय."

कोंडिबा म्हातारा डोळे विस्फारून बोलला, "डबल भूत? ते कसं काय?"

तात्या म्हणाला, "तशीच गंमत हाय ती. एक पैलवान हाय आन् एक त्याचा गुरू हाय."

"मग आता वो?"

"काही भेयाचं कारन नाही. चेला गेला की, गुरू आपोआप जाईल."

"मग हरकत न्हायी."

तात्याने पुन्हा उडीद फेकून विचारले, "कुठल्या तालमीतला रे तू?"

भुताने घुमत-घुमत सांगितले, "मला तालीम न्हायी."

"तालीम न्हायी?"

"न्हायी."

"आन् मग कसला पैलवान तू? फुकटच दम व्हय?"

तात्याच्या या प्रश्नामुळे सगळे जण हसायच्या बेताला आले होते. काही जण तर निम्मेशिम्मे हसलेसुद्धा. पण त्यावर उत्तर म्हणून भुताने मोठी किंकाळी फोडली. त्यामुळे सगळे चुपचाप झाले. तात्यानेही मग नरमाईचा सूर धरला.

"बरं, बरं, ऱ्हातोस कुटं तू?"

"वड्यापलीकडं, चिंचेच्या झाडावर."

एवढा पैलवान गडी असून त्याला चिंचेच्या झाडावर राहण्याचा प्रसंग यावा याचे तात्याला आश्चर्य वाटले. म्हणजे ही आहे तरी काय गंमत? दिवसभर हा झाडावर कसा बसत असेल? कुठे झोपत असेल? त्याच्या भाराने चिंचेच्या फांद्या मोडत नाहीत का?....

तात्याच्या मनात अशा अनेक शंका आल्या.

"चिंचेच्या झाडावर अं?"

"हूं!"

"आन् तिथं जोर बैठका कशा काढत असशील म्हनतो मी."

यावर भुताने पुन्हा एक किंकाळी मारली.

आता तात्याने महत्त्वाचा प्रश्न विचारला, "बरं, या झाडाला का धरलंस?"

भूत ओरडून म्हणाले, "का म्हणजे? त्यो फाटेच्या येळेला चालला हुता चिंचेच्या झाडाखालनं. मी बगितलं आन् गपदिशी धरलं."

"बरा तू पहाटचा जागा असतोस रे? बाकीची मानसं बग. कुनी तरी इकत्या लवकर उठतं का? का हो मंडळी?"

मंडळींनी यावर माना हलविल्या आणि नाही म्हणून सांगितले खरे, पण त्यांचे चेहरे थोडेसे चमत्कारिक झाले. हा नवा मंत्र्या भुताशी निव्वळ गप्पागोष्टीच करीत बसला आहे, ही गोष्ट त्यांना मुळीच आवडली नाही. आता खरे म्हणजे ही त्याच्याशी गप्पा मारण्याची वेळ आहे का? मंत्र्याला वाटलेच, तर त्याने मागाहून खुशाल त्याच्याशी चकाट्या पिटाव्यात. वाटल्यास भुताने आणि त्याने गळ्यात गळा घालून हिंडावे, पण आता या वेळेला काम आधी करावे....

गणा कुंभार म्हणाला, "तात्याबा, आवरा आता. रात्र झाली."

सगळे मांत्रिक विचारतात तो एक शेवटचा प्रश्न तात्याला येत होता. अखेरीला हा शेवटचा बाण त्याने आपल्या भात्यातून बाहेर काढला.

"मग झाडाला सोडणार का न्हायी?"

भूत खणखणीत आवाजात म्हणाले, "नाही."

हे उद्गार ऐकून तात्या गोंधळला. सामान्यपणे भुतं झाडाला धरतात ते काही खाण्याच्या आशेने. ते द्यायचे एकदा कबूल केले की, मग झाड सोडायला ती तयार होतात, एवढे त्याला ऐकून माहीत होते. पण भुताने स्वच्छ नाही असे तिरसटपणाचे उत्तर दिल्यावर काय करायचे, हे त्याला बिलकूल ठाऊक नव्हते.

त्याने पुन्हा एकदा विचारून पाहिले, "नाही?"

"नाही."

"तर्कटीच आहेस लेका तू... काहीतरी मागून घे आन् जा की."

"अंहं. न्हायी जानार."

"बग, तुला चांगल्या तेलच्या देतो. पुरणपोळी देतो. तू म्हणशील तेवढ्या."

"न्हायी जानार."

"श्रीखंड-पुरी देतो."

"न्हायी जानार."

"बासुंदी –"

भूत मोठ्यांदा ओरडून म्हणाले, "न्हायी जानार, न्हायी जानार!"

तात्या रागावून म्हणाला, "न्हायी जानार तर काय करनार?"

"ह्याला घोळसनार चांगलं. सोडणार न्हायी!"

हे ऐकून घरातल्या बायका रडू लागल्या. इतर माणसे गप्प झाली. तात्याही थोडा वेळ दातखिळी बसल्याप्रमाणे गप्प बसला. मग त्याने भुताची नाना प्रकारे समजूत घातली. ही अशी गोष्ट करणे तुला शोभत नाही. रस्त्यावरून, झाडाखालून जाण्याचा प्रत्येकाला कायदेशीर हक्क आहे आणि त्यात तुला ढवळाढवळ करता येणार नाही, असेही त्याला बजावून सांगितले. आर्जवे केली, विनंत्या केल्या. पुन्हापुन्हा सांगितले, "बाबा रे, असं करू नये. तुला काय पायजे त्ये मागून घे आन् आनंदानं जा!"

पण भूत त्या बोलण्याला बधले नाही. त्याने आपला एकच ठेका धरला, "जानार न्हायी. झाडाला सोडनार न्हायी!"

झाले हे पुष्कळ झाले, आता उठावे आणि काहीतरी सांगून चालू लागावे, असे तात्याला वाटले. तसे बोलण्यासाठी त्याने तोंडही उघडले.

– आणि तेवढ्यात अंगणात मोठा गोंधळ उडाला.

लोक भराभरा उठले.

बायका ओरडू लागल्या, "इंचू, इंचू...."

तात्या एकदम दचकला. म्हणाला, "कुठाय? कुठाय?"

"त्यो बगा तरातरा चाललाया."

तेवढ्यात एक-दोघा माणसांनी पायांतली पायताणं काढली. त्यासरशी तात्या एकदम ओरडून म्हणाला, "थांबा, थांबा. मारू नका. मी धरतो त्येला!"

आणि खाली अंगणात येऊन त्याने भिंतीच्या कोपऱ्याकोपऱ्याने पळणारा विंचू हाताच्या एका झटक्याने धरला. नांगीच्या जागी बरोबर सफाईने पकडला आणि खिशातली बारीक दोरी काढून बेताने नांगीपाशी बांधून घेतला.

मग ओसरीवर जाऊन तो ओरडून म्हणाला, "मंडळी, तुम्ही बसा. हा, हा... आता मज्जा बघा."

आणि त्याने तो विंचू त्या निपचित पडलेल्या पोराच्या अंगावर सोडून दिला. त्या पोराचे अंग हाताने जागजागी घुसळले.

त्याबरोबर तो भलादांडगा काळा विंचू जागोजाग डंख मारीत पळाला. त्याच्या अंगावरनं सैरावैरा धावत सुटला.

हा प्रकार एका क्षणात घडला आणि दुसऱ्याच क्षणाला ते पोरगं मोठमोठ्यांदा किंकाळ्या फोडू लागलं. ओरडू लागलं, "मेलो, मेलो; मेलो."

तात्याने विंचू बाजूला काढून घेऊन दुसऱ्या माणसाच्या हातात त्याची दोरी दिली. विचारले, "काय पैलवान, कसा काय आहे झटका?"

भूत किंकाळी फोडून म्हणाले, "मेलो... आग, आग. मला वाचवा!"

तात्या सावकाशपणे म्हणाला, "हे बघ, मला इंचवाचा मंत्र सुदिक येतो. मी उतरवीन. पण तू ताबडतोब गेलं पायजेस."

भूत धापा टाकीत म्हणाले, "मला तेलच्या आन् पुरणपोळी द्या. मी निघालो."

"मिळणार नाही."

"श्रीखंडपुरी द्या."

"छट्"

"बरं, बासुंदी –"

"अरे हॅट्!"

"मग निदान हे ईष उतरव. मी निघालो. मला कायसुदिक नको."

"आता कसं शहाण्यासारखं बोललास!"

असं म्हणून तात्याने राख हातात घेतली. छाती फुगवली आणि मोठ्या गंभीरपणाने राख लावीत मंत्र पुटपुटायला सुरुवात केली. त्याचे हातपाय जमिनीवर आपटीत, मंत्र सांगत त्याने विष कमी-कमी करीत आणले आणि मग साफ उतरवून टाकले.

असा थोडा वेळ गेला.

सगळी माणसं हा नवा प्रयोग टक लावून पाहत राहिली. तात्या वाट बघत राहिला आणि ते निपचित पडलेले पोर कण्हू लागले. हळूहळू त्याने डोळे उघडले आणि बेताबेताने कष्टाने ते उठून बसले. भिंतीला टेकून सगळ्यांकडे आश्चर्याने पाहत राहिले.

आता तात्याने कायम विंचू पाळले आहेत. कुठेही भुताने झपाटल्याची 'केस' आली की, तो हे विंचू बरोबर घेऊन बाहेर पडतो. झपाटलेल्या माणसाच्या अंगावर विंचू सोडून देतो. विंचवांनी डंख मारले की, भूत थयथय नाचू लागते, ओरडू लागते. मग त्याचे विष उतरवून तो भुताला गचांडी देतो आणि समाधानाने घरी परत येतो.

पंचाक्षरी व्हायचे त्याचे स्वप्न खरे झाले आहे.

आणि आता त्याला कुणी 'टिनपाट' म्हणत नाही!

सात

आमच्या स्वयंपाकीण-बाईंचा नवरा

आमची आई बाळंतीण झाली तेव्हा एक काळी, गिड्डी बाई आमच्या घरी आली. तिला मी पूर्वी कधी बघितले नव्हते. पण आता स्वयंपाकीणबाई येणार आहेत, हे ओझरते आईच्या तोंडून एकदा दोनदा ऐकले होते. स्वयंपाकीणबाई मी अजून कधीही पाहिलेली नसल्यामुळे तिच्या येण्याकडे मी डोळे लावून बसलो होतो. ती ज्या दिवशी येणार होती त्या दिवशी मी शाळेला बुट्टीच मारली आणि दरवाजातच तिची वाट पाहत बसलो. अखेर ती आली, पण तिला बघून माझी अगदीच निराशा झाली. हातात पोळपाट-लाटणे घेऊन बोहारणीप्रमाणे तीही प्रत्येकाच्या घरोघर हिंडत असेल आणि 'तुम्हाला आज स्वयंपाक करून पाहिजे काय?' असे विचारीत असेल, अशी माझी कल्पना होती. पण तसे काही दिसले नाही. हातात काहीही न घेता ती आली होती. कपाळावर मात्र मोठे रुपयाएवढे कुंकू दिसले. बदकासारखी चालत-चालत आणि एखाद्या पोलिसासारखी बघत-बघत ती घरात आली. मात्र अगदी बरोबर आली – पोस्टाने एखादे पार्सल यावे ना, तशी!

आली तशी ती बाळंतिणीच्या खोलीत गेली आणि आईशी काहीतरी बोलू लागली. दाराच्या आड उभा राहून मी हळूच त्यांचे बोलणे ऐकू लागलो. आईचा आवाज मला चांगला ऐकू आला.

"मैनाबाई, दोन्ही वेळचं करावं लागेल बरं का. पाणी भरणंबिरणं सगळं. रात्री इथंच झोपलात तर चांगलंच. पुन्हा दोन्ही वेळचा चहाही असतो. इतक्या लांबनं तुम्ही सकाळी लवकर येणार केव्हा आणि करणार केव्हा? काय?"

यावर मैनाबाई काय बोलली ते काही मला ऐकू आले नाही. बहुधा मानेनेच होय-नाही म्हणाली असेल. एकूण तिचे नाव मैनाबाई होते, एवढे मला समजले. मी तिथून बाजूला सरलो आणि गुपचूप दुसऱ्या खोलीत जाऊन बसलो. खडू घेऊन स्वयंपाकघराकडे

गेलो आणि दरवाजावर 'हे स्वयंपाकघर आहे,' असे मोठ्या अक्षरांत लिहून ठेवले. तिला विनाकारण हुडकायला लागू नये याच उच्च हेतूने मी ते लिहिले होते. पण मोठी माणसेही वेंधळी असतात की काय कोण जाणे! ही बाई खुशाल या खोलीत, त्या खोलीत गेली. तिने ती अक्षरे मुळीच वाचली नाहीत. शेवटी तिला बाहेर ठेवलेल्या खरकट्या भांड्यांवरून स्वयंपाकाची जागा सापडली.

मैनाबाईने चुलीत गोवऱ्या घालायला सुरुवात केली, चूल पेटविली, तसा मी तिच्यासमोर जाऊन बसलो. तिला नीट न्याहाळून पाहिले. मग जिज्ञासेने विचारले, "मैनाबाई, तुम्ही कुठं राहता?"

या वेळी तिने प्रथम माझ्याकडे निरखून बघितले. माझे या घरातील स्थान तिला उमगले असावे. कारण तिने अतिशय व्यवस्थित उत्तर दिले.

"वडरगल्ली आहे ना –"

"हो, हो." मी म्हणालो.

"त्याच्या अलीकडे कुंभारगल्ली आहे ना –"

"होय की, आन् पलीकडे फासेपारध्यांची वस्ती आहे–"

"तिकडे नाही जायचं. कुंभारगल्लीत सोनाराचा वाडा आहे ना –"

"हं, हं. त्याला उंबरा आहे, तोच ना?" वर्गात मास्तरांनी शिकविलेला विनोद आठवून मी म्हणालो आणि खिंकाळू लागलो.

"तोच वाडा." माझ्या बोलण्याकडे दुर्लक्ष करून ती म्हणाली.

"तिथं आम्ही राहतो."

"कोणकोण?"

"मी आणि आमची माणसं."

'आमची माणसं' म्हणजे कोण, हे मला त्या वेळी काही कळले नाही. मी तिला ते विचारणार होतो. शिवाय हळूच खायलाही मागणार होतो. पण तेवढ्यात माझ्या आवाजाचा सुगावा आईला लागला आणि तिने खणखणीत आवाजात मला हाक मारली. त्यामुळे मला आमचे बोलणे तहकूब ठेवावे लागले. आईने कशासाठी बोलावले असले पाहिजे, ते मला ठाऊक होते. मी मुकाट्याने उठलो. डोक्याला टोपी घातली, पिशवी घेतली आणि पाय आपटीत-आपटीत तिच्यासमोरून शाळेला गेलो.

मैनाबाईची आणि माझी अशा रीतीने ओळख झाली आणि तिच्या दयाळू, उदार अंत:करणामुळे मला तिच्याविषयी फारच आदर वाटू लागला. मला ती रोज चहा देत असे. इतकेच नव्हे तर वडी, लाडू, चिवडा असले पदार्थही नियमितपणे आणि भरपूर देत असे. त्यामुळे मी सतत मांजरासारखा स्वयंपाकघरात घोटाळू लागलो. मैनाबाई स्वयंपाक करता-करता मध्येच उंदरासारखी खडबड करीत असे आणि फळीवरचे डबे धुंडाळीत असे, हे माझ्या ध्यानात आले होते. एके दिवशी तिने

तोंडात खारीक, बदाम आणि खोबरे यांचा बोकणा एकदम भरला, हे मी फटीतून पाहिले. मी एकदम स्वयंपाकघरात उडी मारली आणि विचारले, "मैनाबाई, तुम्ही काय खाताय?"

त्याबरोबर तिने तोंडातला घास गटकन गिळला. तिला ठसका लागला. मी तिला पाणी आणून दिले. तांब्याभर पाणी गटागटा पिऊन ती म्हणाली, "मला चक्कर आली हो बाळासाहेब, म्हणून खोबरं खात होते."

"खोबरं खाल्ल्यानं काय होतं? चक्कर येत नाही?"

"नाही."

"आणि बदाम खाल्ल्याने काय होतं?"

"डोकं दुखायचं थांबतं."

"आणि खारीक?"

"मळमळत नाही."

मैनाबाईने पुरविलेली ही अपूर्व माहिती ऐकून मला तिच्याविषयी अत्यंत कृतज्ञता वाटू लागली. आपली औषधे इतकी चांगली असतात, हे मला बिलकूल माहीत नव्हते. असे जर असेल तर आता आपल्यालाही चक्कर यायला काहीच हरकत नाही, असे मी मनाशी ठरविले. आईने मात्र हे औषध माझ्यापासून इतके दिवस लपवून ठेवले होते. मला एकदम तिचा राग आला. इतका की, आता एकदम आपल्याला रडू येईल की काय, असे वाटले. मग... मग एकाएकी अशक्तपणा आल्यासारखा वाटला. चेहरा फिकट झाल्यासारखा झाला आणि....

– आणि चक्कर येते आहे असे वाटू लागले.

तिच्यासमोर हळूच पाटावर बसून मी म्हणालो, "मैनाबाई, मलाही चक्कर येते हो कधीकधी. तुमचं औषध मलाही देत चला अं?"

मग बदाम, खारीक, खोबरे खाऊन भरल्या पोटाने मी तिला विचारले, "मैनाबाई, किती छान औषध आहे नाही? आमच्या डॉक्टरलासुद्धा माहीत नाही हे. कुणी हुडकून काढलं?"

हा प्रश्न विचारल्यावर तिचा चेहरा एकदम अभिमानाने भरून आला. डोळ्यांत एक प्रकारची चमक दिसू लागली. माझ्याकडे रोखून बघत तिने सांगितले, "आमच्या माणसांनी."

मैनाबाईंची 'आमची माणसं' म्हणजे तिचा नवरा हे मला या वेळी समजले. तिचा नवरा इतका हुशार डोक्याचा माणूस होता, हे मला माहीत नव्हते. इतका चांगला नवरा तिला मिळाला होता, हे तिचे मोठे भाग्यच होते. कारण मैनाबाई प्रकृतीने फारच अशक्त आहे, असे मला हळूहळू आढळून येऊ लागले. तिला रोज सकाळी स्वयंपाक करण्यापूर्वी चक्कर येत असे, डोके दुखत असे आणि मळमळतही

असे. आणि मग तिच्या हुशार आणि चाणाक्ष नवऱ्याने हुडकून काढलेले औषध खाण्यावाचून तिला गत्यंतर नसे. मात्र तिचा स्वभाव इतका मायाळू होता की, काही होवो अगर न होवो, मलाही त्यातील थोडासा हिस्सा मिळत असे. *त्यामुळे या थोर दांपत्याविषयी माझा आदर वाढू लागला.* तिची प्रकृती चांगली नसते हे जर आईला कळले तर आपली नोकरीच जाईल, असे तिने मला अगदी बजावून सांगितले होते. त्यामुळे मी आईजवळ या गोष्टीविषयी चकार शब्द कधी काढला नाही आणि घरात दुसरे होते कोण? आई नेहमी बाजेवरच. ती चुकूनही स्वयंपाकघरात येत नसे. दादा तर परगावीच असायचे. त्यांचा काही प्रश्नच नव्हता.

रात्रीच्या वेळी मैनाबाई बहुधा स्वयंपाकघरात एकटीच झोपत असे. आईने आग्रहच केला, तर ती एखाद्या वेळी बाळंतिणीच्या खोलीत झोपे. त्या वेळी ती आईला आपल्या नवऱ्याच्या हुशारीविषयी गोष्टी सांगे. तिच्या एकंदर बोलण्यावरून मला इतकेच समजले की, तिचा हा अत्यंत कर्तृत्ववान आणि चाणाक्ष नवरा पूर्वी मामलेदारसाहेबांचा खास पट्टेवाला होता. पण त्याची बुद्धी इतकी अपूर्व की, मामलेदारदेखील हरएक बाबतीत त्याचा सल्ला घेतल्यावाचून पुढे पाऊल टाकीत नसत. एका युरोपियन कलेक्टराने एकदा एक कोडे घातले. ते त्याच्या म्हणजे मामलेदाराच्या बापाच्याने सुटेना. त्याने पुष्कळ बुके चाळली, पण त्याचा काही उपयोग झाला नाही. शेवटी तो हरला. मग मैनाबाईच्या नवऱ्याने झटक्यात ते कोडे मोकळे केले. कलेक्टर इतर खूश झाला की, त्याने त्याला आपला खास पट्टेवाला करण्याचे वचन दिले. या गोष्टीचे मामलेदाराला भयंकर वैषम्य वाटले. त्याने मैनाबाईच्या नवऱ्याला नोकरीतून काढून टाकले. पण तोही इतका स्वाभिमानी की, त्याने नोकरी म्हणून पुन्हा कधी केली नाही. या गोष्टीला दहा वर्षे झाली.

मैनाबाईचा नवरा मोठा राजयोगी असावा. कारण तो दिवसेंदिवस अंथरुणातून बाहेर येत नसे. तो नेहमीच बिड्या ओढीत असे; पण अशा वेळी त्याला फार बिड्या लागत. एकाच वेळी तो पाच-पाच बिड्या ओढीत असे. अशीही मोठी मौजेची माहिती मैनाबाईने मला सांगितली. तेव्हापासून त्याच्याविषयी मला विलक्षण दरारा वाटू लागला.

एके दिवशी सकाळी थंडी पडली असताना, मैनाबाईने चुलीपुढे तासभर बसून शिरा तयार केलेला दिसला. इतक्या सकाळीच, आई उठलेलीही नसताना तिने हा महत्त्वाचा जिन्नस केलेला पाहून तिची प्रकृती आज नेहमीपेक्षा अधिक बिघडलेली असली पाहिजे, असा मी तर्क केला. डोळे चोळत-चोळत मी म्हणालो, "मैनाबाई, आज तुम्ही जास्त आजारी दिसता!"

यावर ती भली बाई माझ्याकडे बघून हसली आणि म्हणाली, "तुम्ही कसं ओळखलं बाळासाहेब?"

"ओळखलं की नाही पठ्ठे! मग? आज काय झालं?"

"काही नाही, पोट दुखतंय माझं म्हणून शिरा केलाय. तुम्हाला पाहिजे?"

"हो, हो!"

असं म्हणून मी तोंड धुऊन आलो आणि तिच्यासमोर बसून शिरा खाऊ लागलो. मला वाटीभर शिरा देऊन ती थोर आणि दयाळू बाई म्हणाली, "बाळासाहेब –"

मी तोंडात बोकणा भरला होता. त्यामुळे न बोलता नुसतेच तिच्याकडे तोंड करून बघितले.

"बाळासाहेब," ती तरसासारखी मान हलवीत म्हणाली, "आमच्या माणसांचं पण पोट दुखतं आहे बघा. दोन दिवस झाले."

"मग?"

"नाही. त्यांना थोडासा नेऊ का शिरा?"

म्हणजे हे काय मैनाबाईचे विचारणे होते? ज्या उमद्या पुरुषाने अशा औषधांचा शोध लावला, त्याचे पोट दुखत असताना, मी नाही म्हणणे कसे शक्य होते?

"न्या की! पण आईला सांगू नका बरं का. नाहीतर ती ओवा का कायसंसं वाईट औषध देते. फार वाईट औषध ते."

"नाही सांगत. पण तुम्हीही सांगू नका."

असं मला बजावून मैनाबाईने शिऱ्याची मोठी पुडी केली आणि ती ओच्यात घालून तरातरा गेली आणि अर्ध्या तासात परत आली.

मैनाबाईच्या नवऱ्याचे पोटदुखीचे हे दुखणे मोठे चिवट होते. दर चार-दोन दिवसांनी त्याचे पोट भयंकर दुखू लागे आणि मग मैनाबाईला पहाटे उठून शिरा करून घरी न्यावा लागे, पण बाई कामात इतकी हुशार की, तासाच्या आत, काही केले होते की नाही असा संशय वाटावा, इतके चकपक करून ठेवी. माझे पोट दुखत नसतानादेखील ती मला दरवेळेला वाटीभर शिरा देई. हे तर तिचे फारच थोरपणाचे कृत्य होते. पण काही दिवसांनी घरातील रवा, तूप सगळेच संपले आणि साखरही शिलकी होती, ती उडाली. त्यामुळे मैनाबाईच्या नवऱ्याच्या प्रकृतीविषयी मला फारच धास्ती वाटू लागली. आता त्या बिचाऱ्याचे काय होणार? त्याची पोटदुखी कशी राहील? रोजचे औषध बायकोने आणले नाही, हे बघून त्याला काय वाटेल? कदाचित तो मैनाबाईला मारीलसुद्धा. पथ्यपाण्याच्या बाबतीत तो फारच व्यवस्थेशीर इसम होता आणि तितकाच संतापीही होता, असे मैनाबाईनेच मला एकदा सांगितले होते. मग आता काय होईल?

पण दैवानेच खैर केली. आमच्या घरातले सामान संपायला आणि मैनाबाईच्या नवऱ्याची पोटदुखी बंद व्हायला एकच गाठ पडली. बाईचा नवरा खाण्यापिण्याच्या

बाबतीत फार व्यवस्थेशीर इसम होता.

शिऱ्याचा प्रकार बंद झाला. मैनाबाईचा नवराही नुकताच आजारीपणातून उठला होता. त्यामुळे मैनाबाई रोज एक जाडजूड भाकरी थापून घरी नेऊ लागली. आपल्या नेहमीच्या भाकरीच्या दुप्पट-तिप्पट आकार या भाकरीचा असे. शिवाय तिच्यावर खूपसे तूप सोडलेले असे. तिच्या नवऱ्याला पातळ भाकरी अजिबात चालत नसे. तरी त्या दु:खी बाईला एवढेच समाधान होते की, एवढी एकच भाकरी खाऊन त्याचे पोट भरत असे. आजारपणातून उठल्यानंतर माणूस जास्त खात नाही. आमची आई तरी कुठे खायची?

अशा रीतीने मैनाबाईच्या नवऱ्याच्या आवडीनिवडी आणि रोजच्या हालचाली मला कळू लागल्या. त्याचा स्वभाव तापट असल्यामुळे तो नेहमी बायकोला मारीत असे. मैनाबाईकडूनच मला हे रोज कळे आणि मग त्याचा राग शांत करण्यासाठी मैनाबाई रोज त्याच्यासाठी काहीतरी खायला करून घेऊन जाई. आपण काय करतो हे ती पुष्कळ वेळा मलाही सांगत नसे. पण दरवाजाच्या फटीतून मला स्वच्छ दिसते, हे तिला माहीत नव्हते. अर्थात मीही ते कधीच कुणाला सांगितले नाही. कारण ती बाई फार कनवाळू होती आणि तिचा घरी अतिशय छळ होत होता. भाकरीच्या जोडीला दह्याची वाटी तिने पदराखाली झाकली की, आज तिच्या नवऱ्याचा पारा नेहमीपेक्षा जास्त चढला असला पाहिजे, अशी माझी खातरी होई आणि तिच्याविषयी फार वाईट वाटे. या दह्याच्या वाटीत तिने साखर घातली की, त्याने आपल्या बायकोला लाथा घातल्या असतील, हे माझ्या ताबडतोब ध्यानात येई. एकदा तर या बाईने आमच्या आईची ट्रंक उघडून त्यातील केशरही या दह्यात घातले. आता मात्र या नवऱ्याची हद्द झाली! याने बहुधा तिला घराबाहेरच काढली असावी. काय तापटपणा असतो एकेकाचा!... आणि त्याचा रागही बराच टिकून राहिलेला दिसला. कारण पुढे चार-पाच दिवस रोज मैनाबाई दह्यातले पाणी काढून आणि त्यात केशर घालून तयार केलेले श्रीखंड घरी नेऊ लागली. केशर संपल्यावर तिचा खोळंबा होऊ नये म्हणून मी डब्यातली रंगाची पुडी काढून स्वयंपाकघरात नेऊन ठेवली. पण त्या पुडीला त्या दु:खी बाईने हातही लावला नाही. केशर संपेपर्यंत तिने चार-आठ दिवस श्रीखंड करून नेले. त्यावरून त्याचा राग बराच टिकलेला दिसला.

एकदा नेहमीप्रमाणे सकाळी मी चहा प्यायला स्वयंपाकघरात गेलो तेव्हा मैनाबाई उगीच बसली होती. त्या थोर बाईचा चेहरा फारच सुकून गेला होता. सावलीसाठी भिंतीला चिकटून उभे राहिलेले गाढव जसे दिसते, तसा तिचा चेहरा गरीब दिसत होता. माझ्यासमोर तिने चहाचा कप ठेवला, ओच्यातून लिमजी बिस्किटे

काढून दिली आणि इकडे-तिकडे कुणी नाही, हे बघून ती मुळुमुळु रडू लागली.

"काय झालं मैनाबाई?" चहा पिऊन झाल्यावर कपातला उरलेल्या बिस्किटांचा लगदा तोंडात घेण्यासाठी जीभ कपात घालीत मी म्हणालो.

तिने डोळे पुसले आणि हुंदके द्यायला सुरुवात केली.

"काय झालं?"

"काही नाही."

"मग तुम्ही रडता का?"

"काय सांगू बाळासाहेब..." ती पदराने तोंड सारवून म्हणाली, "काल रात्री त्यांनी मला भयंकर मारलं. चांगलं जळणाचं लाकूड घेऊन मारलं!"

"हो, हो." मी मधेच म्हणालो, "काल तुम्ही इथनं लाकडं नेलेली बघितली खरी. पुढं काय झालं?"

माझं हे बोलणं ऐकून तिने एकदम आपले रडे थांबविले आणि संशयाने माझ्याकडे बघितले. मग थोडे थांबून ती म्हणाली, "सध्या थंडी सुरू झालीय ना?"

मी मान हलविली.

"आमच्या माणसांना घालायला कोट नाही. फार थंडी वाजते बघा."

"मग? म्हणून तुम्हाला मारलं काय?"

"हो ना! एखादा कोट असला तर बघा की दादांचा. काल त्यांनी मारून-मारून माझ्याकडनं कबूल करून घेतलं की, इथनं कोट आणीन म्हणून. आता नाही नेला तर पुन्हा मार खावा लागेल!"

तिची ही विनवणी ऐकून मला फार वाईट वाटलं. आत्ताच्या आत्ता दादांचा एखादा कोट देऊन तिची संकटातून मुक्तता केली पाहिजे, असेही वाटले.

"मग तुम्हीच का स्वत: काढून घेत नाही कपाटातून नेहमीप्रमाणे?"

"नाही हो. कपाट तुमच्या आईच्या खोलीत आहे ना? तिथं तुमच्या आईला कळलं तर रागावतील त्या!"

"तेही खरंच. मग?"

"मग तुम्हीच हळूच काढून आणा की! पुष्कळ कोट आहेत. मी बघून ठेवलेत."

"रग्गड आहेत, मीसुद्धा बघितलेत."

– असे म्हणून मी पळत-पळत बाहेर गेलो. आई एका बाजूला तोंड करून झोपली होती. हळूच कपाट उघडून मी चार-दोन कोट काढले आणि स्वयंपाकघरात आणले.

"हं, हे घ्या. बघा, तुम्हाला कोणता पसंत पडतो ते."

तिनं सगळ्या कोटांची उलथापालथ केली. प्रत्येक फाटका भाग नीट न्याहाळला

आणि त्यातले दोन कोट बाजूला काढले.

"हे घेऊन जाते मी. यातला त्यांना पसंत पडेल तो ठेवीन आणि दुसरा परत करेन!"

मान हलवून मी तिच्या या योजनेला संमती दिली आणि सुपातले मूठभर शेंगदाणे उचलून बाहेर पळालो.

दुपार उतरल्यावर ती परत आली तेव्हा स्वयंपाकघरात गेलो. अजूनही तिच्या चेहऱ्यावर टवटवी नव्हती. तिचे तोंड कष्टी दिसत होते. तिच्याजवळ जाऊन मी हळूच विचारले, "दिला का कोट त्यांना? काय म्हणाले?"

"काय म्हणायचे? भयंकर रागावले. त्यातला एक कोट फाटका होता वाटतं! तो तर त्यांनी बाजूलाच फेकून दिला. दुसरा तेवढा अंगात घातला. मला म्हणाले, फाटका कोट आणतीस काय मला? माझी अब्रू बाहेर काढतीस? तुला लाज नाही वाटत? आता हा दुसराही कोट तुला परत देत नाही."

"म्हणजे?" मी घाबरून विचारले, "आता परत नाही मिळायचा तो कोट?"

"नाही." करारी नवऱ्याची ती बायको म्हणाली, "यांचा शब्द म्हणजे विचारू नका. रामाचा बाण एक वेळ फुकट जाईल, पण हे बोलले म्हणजे बोलले!"

तिच्या नवऱ्याचा हा बाणेदारपणा पाहून माझी बोबडी वळायची वेळ आली. कारण दादांचे सर्व कपडे आईने फार व्यवस्थित ठेवून दिले होते आणि ते तिच्या चांगले ध्यानात होते. त्यातला एखादा कपडा गेला, तरी तिच्या ते ताबडतोब लक्षात येण्यासारखे होते. ते कसे तरी मारून नेता आले असते. पण या पठ्ठ्याने तर दोन्ही कोट उचलले! बाकी त्याने तरी काय करावे? असल्या व्यवस्थेशीर इसमाला फाटका कोट देणे, हा त्याचा अपमान होता. ती चूक मी केली होती. त्याला त्या तापट माणसाचा तरी काय इलाज होता?

मैनाबाईच्या नवऱ्याची ही स्वाभिमानी वृत्ती आणखीही अनेक वेळा दिसेल, अशी मला भीती वाटू लागली. मैनाबाईला येऊन आता चांगले तीन-चार महिने झाले होते. आई आता चांगली हिंडत-फिरत होती आणि सगळीकडे लक्षही देत होती. त्यामुळे या बिचाऱ्या स्वयंपाकीणबाईचा आजार तिच्या ध्यानात आला तर तिची नोकरी जाईल, अशी धास्ती मला वाटत होती. पण आई जशी हिंडू-फिरू लागली तसे मैनाबाईचे दुखणे संपले आणि तिच्या नवऱ्याचा तापटपणाही एकदम नाहीसा झाला. एकूण तिचे नशीबच मोठे थोर!

– आणि मग अचानक एके दिवशी मैनाबाई नाहीशी झाली. तिचा नुसता निरोप आला, "दिवस गेलेत. मळमळतं. ओकाऱ्या होताहेत. आता कामाला येणं होणार नाही."

हा निरोप ऐकून आई म्हणाली, "काय चावट बाई आहे! तीन-चार महिने

आमच्या घरी राहिली. रात्री इथंच झोपली. हाताला येईल ते हादडलं आणि आता म्हणते, 'दिवस गेलेत, येणं होणार नाही'. फाजील कुठली!''

"असं तिला कशाने झालं?'' मी नम्रतेने आईला विचारले.

"कार्ट्या तूही फाजील झाला आहेस अलीकडे.'' असे आई कावून मला बोलली आणि चुलीपुढे बसण्यासाठी तरातरा स्वयंपाकघरात गेली.

मी तिथंच डोकं खाजवीत उभा राहिलो. मैनाबाईला दिवस गेले, यात तिचा फाजीलपणा काय झाला हे मला समजले नाही. आता ती आमच्याच घरी चोवीस तास असे हे खरे होते; पण त्याचा आणि याचा संबंध काय बुवा?... काय ही मोठी माणसे बोलतात कोण जाणे! यांचं काही कळतच नाही.

मग काहीतरी अर्धवट उमगल्यासारखं वाटलं. का कोण जाणे, एकदा सकाळी स्वयंपाकघरात मला एक-दोन जळक्या बिड्या सापडल्या होत्या, त्याची आठवण झाली आणि....

– आणि तो थोर पुरुष घरी येऊनसुद्धा आपण त्याला बघितले नाही, याची मला फार रुखरुख लागली.

■

आठ

ऊब

बाबू न्हाव्याने गावात घराच्या ओट्यावर हजामतीचा धंदा सुरू केला, त्या वेळी त्याच्याजवळ काहीसुद्धा नव्हते. गिऱ्हाइकाप्रमाणेच त्याच्याही काखा वरच होत्या. वस्तरा, वाटी व साबण एवढ्या भांडवलावर उद्योग सुरू करायचा म्हणजे तरी त्या जिनसा निदान नीटनेटक्या असाव्यात; पण बाबूचे तेही काम धडके नव्हते. ब्रशाने खूप रेटारेटी केली, तरच पाझर फुटावा असा साबण होता. वाटी गळकी होती आणि वस्तरा मुंड होता. अगदी बेताबेताचा होता. एखाद्या वेळी चालला, तर तो चालत असे. नाहीतर खुशाल अडून बसत असे. बाबूने गिऱ्हाइकाच्या हातात द्यायला आरसाही पैदा केला होता. पण तो आरसा म्हणजे आरसाच होता. त्यात कसलेतरी प्रतिबिंब पडत असे हीच विशेष गोष्ट होती. हे प्रतिबिंब नेमके कोणाचे आहे, हे शोधून काढीपर्यंत बराच वेळ जात असे. तेवढ्यात गिऱ्हाइकाची हजामत आटोपून त्याच्या हातातला आरसा दुसऱ्या गिऱ्हाइकाच्या हातात गेलेलाही असे आणि या आरशाचे भिंग इतके चमत्कारिक होते की, अजूनही पहिल्याच गिऱ्हाइकाचे प्रतिबिंब त्यात न पुसता राहिलेले आहे, असे दुसऱ्या गिऱ्हाइकाला बराच वेळ वाटत असे. थोडक्यात सांगायचे म्हणजे धंदा सुरू केला त्या वेळी बाबूची स्थिती अगदी बेतास बात होती. गरिबीची होती.

त्या वेळी बाबू स्वभावानेही फार गरीब होता. आपले काम बरे, आपण बरे असा होता. गिऱ्हाइकाशी तो फार गोडीगुलाबीने, समजूतदारपणाने वागत असे. इतर न्हाव्यांप्रमाणे चांभारचौकशा करीत नसे. बोललाच तर चार चांगले शब्द तोंडातनं बाहेर काढीत असे.

हजामत करता-करता गिऱ्हाइकाशी सतत वटवट करीत राहण्याची न्हाव्याला सवय असते. गिऱ्हाइकाचे मनही या वेळी मोकळे असते. क्षणाक्षणाला त्याच्या सौंदर्यात भर पडत असल्यामुळे त्याच्या चित्तवृत्तीही अतिशय उल्हसित असतात. अशा वेळी न्हावी काही

कमी-जास्त बोललाच तर ते ऐकून घ्यावे, असे त्याला वाटते. पण बाबू असे काही करीत नसे. आपणहून मध्ये तोंड घालीत नसे.

कुणी म्हणालेच, 'काय बाबू, कसं काय चाललंय?' तर बाबू लाजून नम्रतेने उत्तर देत असे, "बरं हाय की वो. पोटापुरतं मिळतंय. चाललीय गाडी."

"गिऱ्हाईकं कशी आहेत?"

"चांगली हायेत. आता एखादं भेटतं आडमाप, येड्या डोस्क्याचं. पन त्याला काय विलाज न्हाई."

दुसरा कुणी जर म्हणाला, 'रोंग्यांची आंजना समदं दागिनं घेऊन पशार झाली नवऱ्याच्या घरातनं. तुला कळलं का बाबू?"

बाबू मान हलवीत असे. कानाजवळचा कट बेताने मारीत-मारीत म्हणत असे, "काय आपल्याला करायचंय? पळाली तर पळाली. सद्या रोंग्यांच्या घरची खासगत गोस्ट ही. त्यो तिला सोडील न्हाई तर फासावर चडवील."

"गेली ती गेली, पन लेकरू संगट घेऊन गेली म्हनत्यात."

"नवरा संगट घेऊन का जाईना मी म्हनतो. आपल्याला त्येची पंचाईत काय करायचीय?"

सगळ्यांनाच हे म्हणणे पटत असे. म्हणजे तसे कोणी वागत असे, दुसऱ्याची पंचाईत करीत नसे, असे नव्हते. ज्याला जे वाटे ते तो करीतच असे. न्हाव्याचा सल्ला ऐकून कोणी शहाणा माणूस त्याप्रमाणे कधी वागला आहे का? पण बाबू असे बोलतो, हे लोकांना फार पटत होते. ते त्याची स्तुती करीत होते. वेळी-अवेळी त्याला सल्ला विचारीत होते. एकंदरीत बाबू या इसमाबद्दल लोकांचे बरे मत होते.

असा हा माणूस पुढे बदलला. एक-दोन वर्षांत त्याचा पोटापुरता जम बसला आणि बाबू बदलला. निराळेच काही बोलू लागला. अंगाने शिडशिडीत, लांब नाक आणि लहान कपाळ असलेला हा माणूस दमदटावणीची, कायद्याची भाषा बोलू लागला. लोकांना चमत्कारिक सल्ले देऊ लागला.

एकदा सखाराम पांढरे दाढी करून घेता-घेता म्हणाला, "बाबू, लेका पंचाईत आलीय."

दाढीवरनं शेवटचा हात मारीत-मारीत बाबूने विचारले, "कोन आली म्हनला?"

"बाई न्हवं कुनी, पंचाईत पडलीय."

"काय वो? झालं काय?"

"त्या भडव्यानं झाड तोडलं न्हवं का?"

"ह्यो कोन भडवा?"

"मारत्या झेंडे. दुसरं कोन?"

"का? काय म्हनत्योय त्यो?"

बाबूच्या या प्रश्नावर सखाराम पांढऱ्याने जी कथा सांगितली ती गावातल्या नेहमीच्याच प्रकारातली होती. सखाराम पांढरे आणि मारुती झेंडे यांच्या जमिनी एकमेकांना लागून होत्या. दोन्ही जमिनींच्या मधला बांध समाईक होता. या बांधावर एक आंब्याचे झाड बऱ्याच वर्षांपूर्वी उगवून आले होते. कुणाच्याही लक्षात येण्यापूर्वी ते बरेच मोठे झाले होते. आता त्याला फळेही येऊ लागली होती. त्यामुळे हे झाड आपल्याच मालकीचे आहे, अशी दोघांचीही खातरी पटली होती. रोज कटकटी, भांडणे, तक्रारी यांना ऊत आला होता. आज तर झेंड्याने झाडाची एक लहान फांदी तोडून कुणाला तरी लग्नकार्यात उपयोगाला दिली होती. फार मोठा गुन्हा केला होता.

सखाराम पांढऱ्याची ही सगळी हकिकत सांगून होईपर्यंत दाढी खलास झाली होती आणि तो जरा बाजूला सरकून पान खात होता. कट्ट्यावर एका बाजूला बाबूची बसायची उशी होती. तिच्यावर बसून बाबू हनुवटीला तळहाताचा आधार देऊन एकाग्र चित्ताने ही सगळी कथा ऐकत होता. ऐकता-ऐकता त्याचा चेहरा लालबुंद होत होता. हाताच्या मुठी वळत होत्या आणि ओठ अधूनमधून स्फुरण पावत होते.

पांढऱ्याची सगळी हकिकत सांगून संपली. मग उशीसकट आपण पुढे सरकून बाबू म्हणाला, "आरं तिच्या झेंड्याच्या मी!... फांदी तोडन्यापत्तुर पल्ला गाठला का बेन्यानं?"

"मंग सांगतुय काय?"

"राव, तुमी मग बिलकूल हयगय करू नगा."

"कसं करावं म्हनतोस?"

बाबू पुन्हा उशीसकट मागे सरकला. ओठावर दात आवळून म्हणाला, "आता एकदम कोरटातच भेटायचं त्येला."

पांढऱ्याने दाढी कुरवाळली. डोळे विस्फारले.

"म्हंजे, फिर्याद ठोकावी म्हनता?"

"तर! ठोकावी म्हंजे? मरस्तवर ठोकावी."

"म्हनजे वाद खेळायचा आला."

उशीसकट बूड उचलून पुढे वाकून बाबू कावेबाजपणाने म्हणाला, "काय भ्यायचं कारण न्हायी. जातील पन्नास-साठ रुपये. गेले तर गेले!"

"मग जाऊ का वकिलाकडं?"

"एकदम सुटा. जातील पन्नास-साठ रुपये. पन हिसका दावला पायजे. एकदम ठ्यां. हां!"

"आन् तिथं खटलं न्हायी झालं आपल्यासारखं तर?"

बाबू म्हणाला, "मग आपिली करायची. जात्याल आणखीन पन्नास-साठ. गेले तर गेले."

"आन् तिथं बी इरुद्ध गेलं तर?"

बाबू थोडासा विचारात पडला. बराच वेळ आठवून-आठवून विचार करीत राहिला. मग नेहमीच्या सवयीप्रमाणे उशीसकट पुढे सरकत तो बोलला, "त्या आपिलीवर आनखी एक आपिली आसती ममईला. झकास आपिली ठोकायची. तिथं झगा घालून कोरट बसल्यालंच आसतं. आला मानूस की धर आन् दे निकाल, आला मानूस की धर आन् दे निकाल, असं करत्यात. बहुतेक खालची आपिली वर चालती. निकाल फिरतो. मला हाय ठावं!"

बाबू मागे चार दिवस शहरात राहिलेला होता. त्यामुळे त्याच्या म्हणण्याविषयी शंका घ्यायचे काही कारण नव्हते. सखारामाला ती गोष्ट पटली आणि तो खूश झाला. झेंड्या धडधडीत झाडाची फांदी तोडतो आणि आपण काहीच करीत नाही म्हणजे काय? ते काही नाही. फांदी हायकोर्टापर्यंत पोहोचलीच पाहिजे.

"मग करायचं खटलं? आं?"

उशी सरकवीत आणि नीट बसत बाबू बोलला, "खटलं करायचं. पन्नास-साठ गेले तर गेले. पन झेंड्याच्या उरावर तुझा झेंडा लागला पाहिजे. कसं?"

सखाराम पांढरे तिथनं हालला. दुसऱ्या दिवशी तालुक्याच्या गावी जाऊन वकिलाला भेटला. झेंड्यावर फिर्याद ठोकली. पाच-पंचवीस रुपये भरून तो एकसारखा कोर्टात हेलपाटे घालीत राहिला.

पुढे चार-दोन दिवसांनी आबा चौगुले हजामतीला आला. हजामत संपल्यावर कट्ट्यावरचे कोवळे ऊन खात बसला. मग विडी ओढीत दुसऱ्या माणसाशी इकडे-तिकडे बोलू लागला.

बाबू उशीवर बसून वस्तरा चटपटत होता. तो म्हणाला, "काय आबा, तुमच्या घरात काल जोरात भांडनं पेटली हुती म्हणं?"

आबा मान हालवून बोलला, "हां."

"का बरं? काय झालं?"

"आमची भावजय वो धाकली. बोडकी हाये ती –"

"आलं ध्येनात. तिचं काय?"

"वाटणी मागतीया पोराची. न्हाई तर नोटिस दीन म्हनतीय. आता आसं म्हनावं का तिनं?"

"आरं तिच्या मी. आसं म्हनतीया का?"

"व्हय की."

हे ऐकल्यावर बाबूचे डोळे विस्फारले. हातांच्या मुठी वळल्या. उशीसकट बूड उचलून पुढे वाकून तो म्हणाला, "तुमीबी नोटिस करा. वाटनी कशापायी? जाऊ द्या तिला कोरटात. माग म्हनावं तिथंच वाटणी!"

"काय करावे, काय नाही याविषयी आबा कालपासून विचार करीतच होता.

भावजयीला खुशाल कोर्टात जा म्हणून सांगावे, असा विचार एक-दोनदा त्याच्या डोक्यात आला होता. बाबूच्या बोलण्याने तो थोडा पक्का झाला. तरी पण तो चाचरत म्हणाला, "कोरटात जायचं म्हंजे –"

बाबूने मान हलविली. "काय भेयाचं कारन न्हायी. जात्याल पन्नास-साठ रुपये. गेले तर गेले. पर भिडा. सोडू नगा."

"मग वाटणी?"

"न्हाई म्हनून शाप सांगा."

"बराय."

आबा चौगुले एवढे ऐकून घरी गेला आणि त्याने घरात गोंधळ उडवून दिला. काल त्याने जरा नरमाईचा सूर धरला होता. पण आज एकदम तो फिर्यादीअर्यादीचीच भाषा बोलायला लागला. भावाला घेऊन आपसात मिटवायला आलेली त्याची भावजय रागावून आदळआपट करून परत गेली. तिने वकिलाच्या मार्फत रीतसर नोटीस दिली. वाटणीची फिर्याद दाखल केली. तारखा पडल्या आणि आबा चौगुलेही कोर्टात हेलपाटे घालीत राहिला.

पुढे कुणीही बाबूला काही तक्रारीची, भांडणाची गोष्ट सांगितली की, उशीसकट बूड उचलून आणि पुढे वाकून बाबू सांगू लागला, "हूं जाऊ द्या, च्या मायला वाद. काय? जात्याल पन्नास-साठ रुपये. गेले तर गेले."

गावात म्हातारा पाटील हा एकटाच शहाणा माणूस होता. बाकी सगळा आनंदच होता. पण तोही आठ-पंधरा दिवसांखाली चारीधाम यात्रेला गेला होता. त्यामुळे बाबूने सांगावे आणि लोकांनी ऐकावे असा प्रकार सुरू झाला. गावात बाबूने अशी बरीच भांडणे पेटवून दिली. अहो, प्रत्येकाच्या घरात एखादे तरी धसकट असणारच. दुसऱ्याला जरा इंगा दाखवावा ही बुद्धीही असणारच. बाबूने या मंडळींना हुलीवर घातले, चिथवले. त्यामुळे घरोघर भांडणे सुरू झाली. गावात कुणाचे कुणाशी तरी भांडण कोर्टात आहेच, असा देखावा झाला. नवऱ्याने बायकोला काडीमोड द्यावी म्हणून बाबूने सल्ला दिला, तर बायकोला पोटगी मागायची इकडनं चिथावणी दिली. भाऊ-भाऊ, शेजारी-शेजारी अशी जितकी भांडणे होतील, तितकी त्याने उठवून दिली. जिकडेतिकडे गोंधळ केला.

चार-आठ महिन्यांनी पाटील यात्रा आटोपून आला, तेव्हा सुगीचे दिवस हातातोंडाशी आले होते. पण यंदा जेमतेम पोटापुरते रान पिकले होते. जो तो कोर्टकचेऱ्या, तारखा, वकील, हेलपाटे यात इतका गुंग झाला होता की, सुगीकडे लक्ष द्यायला बऱ्याच जणांना वेळच नव्हता. रानात पुष्कळसे बाटुक उगवून आले होते. तेही चोर-चिलटे आणि जनावरे यांच्याच पायी चालले होते. पाखरे दाणा खाऊन जात होती आणि राखणीला कुणीही फार वेळ शेतात बसत नव्हते. बाबू

पन्नास-साठ म्हणाला होता; पण अनेक जणांचे शेकडो रुपये गेले होते. कोर्टात, वकिलाकडे हेलपाटे घालून-घालून जीव मेटाकुटीला आला होता. डोक्याला ताप झाला होता आणि इतकेही करून नीटसा कशाचाच निकाल लागलेला नव्हता. बरेचसे निकाल लोंबकळतच पडले होते.

पाटील गावात आल्यावर चार-दोन दिवसांत त्याला या गोष्टी डोळ्यांनी दिसल्या. कानांनी ऐकू आल्या. पाटलांना भेटायला म्हणून माणसे वाड्यात आली आणि सगळ्यांनी हीच तक्रार सांगितली. सगळेच जेव्हा एके ठिकाणी बसून बोलले तेव्हा बाबू न्हावीच भांडणे पेटवितो आणि आपल्याला कोर्टात जायचा सल्ला देतो, ही गोष्ट ध्यानात आली. गावात त्याच्या नावाचा बभ्रा आधी झालाच होता; पण पाटलाच्या बैठकीत हा विषय निघाला आणि ती गोष्ट स्पष्ट झाली. जो तो बाबू न्हाव्याच्या तक्रारी सांगू लागला.

सखाराम पांढरे म्हणाला, ‘‘खरं तर मी झेंड्याशी वाकुडपणा करनार न्हवतो. म्हनलं, तोडली फांदी तर तोडली. त्याच्याच बाजूचं झाड हाये. आपल्या का बापाचं जायचंय? पन ह्यो बाबू कारन. त्यो म्हनला की खेळ वाद. जात्याल पन्नास-साठ रुपये. गेले तर गेले.’’

पाटलाने विचारले, ‘‘मग? काय झाला निकाल?’’

‘‘शे-दीडशाला टोला बसला.’’ मान हलवून सखाराम म्हणाला, ‘‘इकतं करून त्येच्या बाजूनंच झालं खटलं. आता एक फळ द्यायला तो तयार न्हाई. बसलो बोंबलत मी.’’

सखारामचे हे बोलणे संपल्यावर आबा चौगुल्यालाही खरं बोलायचा इसाळ आला. विडीचा धूर काढीत-काढीत तो म्हणाला, ‘‘माजी बी तीच कथा हाय. भावजईचा भाऊ चांगला समजुतीनं मागत हुता. दिली आसती वाटणी तर खटखट तर राहिली नसती. पर ह्यो न्हावगंड म्हनाला मला –’’

‘‘काय म्हणाला?’’

‘‘जाऊ दे कोरटात भावजईला. देऊ नगंस वाटणी. काय जात्याल पन्नास-साठ रुपये. गेले तर हारकत न्हाई. म्हणून म्या भरीवर पडलो.’’

सखाराम पांढऱ्याने जी गोष्ट सांगितली तीच आबा चौगुल्याने सांगितली. मग दहा-पाच जण पुढे सरसावले. प्रत्येकाने हीच तक्रार केली. बाबू न्हावी म्हणाला की, ‘जाऊ दे पन्नास-साठ रुपये, गेले तर गेले. पण कोर्टात गेल्याशिवाय राहू नकोस!’ हेच गाऱ्हाणे सगळ्यांनी ऐकविले. बाबूने हेच सगळ्यांना सांगितले होते.

बहुतेक सगळ्यांनी अशी भाषा केली, तेव्हा इतका वेळ शांतपणे चिलीम ओढीत बसलेला पाटील विचारात पडला. काय करावे, कसा मार्ग काढावा, हे तो मनाशी ठरवू लागला.

थोड्या वेळाने चिलीम बाजूला करून तो म्हणाला, "बायली, हे गाबडं पयलं आसं नव्हतं न्हाई?"

"न्हवतं हो. गरीब होतं लई तिच्या मारी."

"मग आत्ताच ह्यो कंड कुटनं आला त्याला? कशाची एवढी ऊब मिळाली म्हनावं?"

"काय पत्त्या न्हाई."

काही वेळ कुणीच बोललं नाही. मग आणखी एक जण पुढे सरकून म्हणाला, "चांगलं उशी हातांनी धरूधरू फुडं सरकतंय आन् बूड उचलून उचलून बोलतंय –"

"काय?"

"दुसरं काय? उडवा दनका. हूं. जावा कोरटात. हुंद्या भांडनं. जात्याल पन्नास-साठ रुपये. गेले तर गेले!"

"आसं का?"

"व्हय की. आसंच म्हनतो समद्यांना."

"जात्याल पन्नास-साठ रुपये. गेले तर जाऊ द्या. आसंच ना?"

"हा, हा!"

पाटील पुन्हा विचारात पडले. बाबू न्हावी असा का बिघडला असावा, याचा विचार करू लागला. थोडा वेळ सगळे गपचिप बसले. मग एक जण म्हणाला, "मला तर वाटतंय, ह्यो गडी वकिलाचा दलाल तर नसंल एखांद्या?"

"दलाल?"

"व्हय. खमिशन खायाचं आन् कामं पाठवायची. मनोमन दोघांचे ठरलंबिरलं आसंल एखांद्या टायमाला. नेम न्हाई."

"खमिशन खायाचं म्हंजी?"

"म्हंजी आपलं शेकडा धा-पाच रुपये खायाचं. शंभर रुपयांचं काम झालं म्हंजे धा-पाच आपले आपल्या खिशात सोडायचं."

"काय की बाबा."

पहिल्या प्रथम लोकांना या बोलण्यात जरा तथ्य वाटले. ही गोष्ट शक्य होती. एखाद्या वकिलाचा आणि बाबूचा करार झालाही असेल. मिळणाऱ्या कामावर बाबूला पैसे द्यायचे वकिलाने कबूलही केले असेल. पण ही कल्पना फार वेळ टिकली नाही. बाबू न्हावी दुसऱ्याला वाद खेळायला सांगत होता, ही गोष्ट खरी. 'जाऊ द्या पन्नास-साठ. गेले तर गेले,' असे म्हणत होता हीही गोष्ट खरी; पण अमुकच एक वकील दे, असे कधी त्याने सांगितल्याचे कुणाला आठवत नव्हते. निरनिराळ्या लोकांनी निरनिराळे वकील दिले होते. पण बाबू त्याबद्दल कधी चकार शब्द बोलला नव्हता.

छे:! ही शंका काही खरी नव्हती.

मग काय असावे?

उघड्या मांडीवर चढलेला बारका किडा हाताच्या एकाच झटक्यात मारीत येशा मगर म्हणाला, "आसं तर नसंल?"

"कसं?"

"सरकारनं तर त्येला फितवला नसंल?"

लोकांना येशाच्या या म्हणण्याचा नीटसा अर्थबोध झाला नाही. सखारामनं टाळू खाजवून-खाजवून विचारले, "म्हंजी कसं म्हनतोस?"

येशानेही आपली टाळू कराकरा खाजवली. आपला मुद्दा योग्य रीतीने कसा मांडावा यासंबंधी त्याने तेवढ्या वेळात विचार केला असावा. निदान त्याच्या चेहऱ्यावरून तरी तसे वाटले.

"सरकारला कोरट चालवायचं आसतं का न्हाई?"

लोक म्हणाले, "आसतं. मग?"

"पोस्टातल्या मास्तरला पगार द्याया पायजे का नगं?"

"द्याया पायजे की!"

"मग लेकानू, खटलं आलं तर कोरट तरी चालनार. आन् पोस्टातली तिकिटं बी इकली जानार."

"व्हय की!"

मग डोळे बारीक करून येशाने चेहरा कावेबाज केला. अगदी हळू आवाजात तो म्हणाला, "मग त्येच तर मी सांगतुया. सरकारनं आसली मानसं नेमल्याली असत्याल. काई न्हाई, त्येनी आपली गावात ऱ्हावून भांडनं पेटवायची. खटलं वाडवायचं. कसं?"

"सरकारनं नेमल्यालं?"

"हां. आपलं गपचिप नेमायचं. अगदी पांघरुणाखाली. शायडी लोक असत्यात ना तसं."

हीही कल्पना काही दीडशहाण्या लोकांना खरी वाटली. पण बऱ्याच जणांनी त्याची टर उडवली, तेव्हा ती बारगळली. मग कुणी काही, कुणी काही अंदाज केले. त्यावर बोलणी झाली. पण नक्की काहीच कुणाला सांगता आलं नाही. बैठक तशीच संपली. मंडळी घरोघर गेली.

एकटा पाटील मात्र काही बोलला नव्हता. मनाशी नाना आडाखे बांधून पाहत होता. विचार करीत काहीतरी ठरवीत होता.

दुसऱ्या दिवशी सकाळी बाबू न्हाव्याकडे पाटील हजामतीला गेला. हजामत झाली. तुळतुळीत गोटा करून तेलपाणी, चंपी झाल्यावर बाबू उशीवर आरामशीर

बसला. घटकाभर पाटलाच्या तीर्थयात्रेच्या गोष्टी झाल्या. मग पाटलाने खिशातली चिलीम काढून तंबाखू भरली. दोन-चार झुरके घेतल्यावर तो म्हणाला, "बाबू, गड्या एक काम हुतं."

बाबू म्हणाला, "बसा की राव निवांत. चापानी करतो. मग बोला."

"चा-पानी मागनं हुंदे. आधी काम."

"तसं का हुइना शेवट. बोला."

थोडं थांबून पाटील म्हणाला, "आमचं पावनं हायेत ना दहिगावचं –"

"बरं."

"त्येची आन् भावकीची झाली जिमिनीवरनं झकाझकी. लाठ्याकाठ्यांनी हानाहानी झाली. आमच्या पावन्याचं खोकाळ फुटलं. पाय मुडापला. लई लागलं –"

"मग?"

"आता भावकी म्हनतीय की, चुकी झाली आमच्या हातनं. पुन्हा काय आसं होनार न्हाई; पण तुमी काय फौजदारी करू नगा. आमच्या पावन्याला वाटतंय की, कसं काय करावं? मला इचारीत हुता."

पाटलाने सांगितलेली हकिकत बाबूने लक्ष देऊन ऐकली. त्याच्या नाकपुड्या फुगल्या. डोळे बारीक झाले. मुठी वळल्या. ढुंगणाखालची उशी तशीच पुढे सरकावून त्याने चेहरा एखाद्या कोल्ह्यासारखा केला.

"जावा की राव कोरटात. हान् तिच्या मारी. उडू द्या दंगल."

पाटील त्याच्याकडं टक लावून बघत राहिला होता. तो म्हणाला, "आन् खर्चाचं कसं?"

बाबू पुन्हा उशीसकट पुढं सरकला. बूड उचलून आणि बसल्याबसल्या वाकून बोलला, "काय जात्याल पन्नास-साठ रुपयं. गेले तर गेले. भेयाचं कारन न्हाई."

हे ऐकून पाटील हसला. "बरं, मग उद्या ठरवू आपण कसं-कसं करायचं ते नक्की. उद्याच्याला मी येतो तुझ्याकडं."

"या की."

"मग जाऊ का आता?"

"बसा की वो. एक कोप चा प्या आन् जावा."

असे म्हणून बाबू उशीवरनं उठला आणि घरात गेला. बायकोशी काहीतरी बोलला. पुन्हा बाहेर आला. "आलो हो पाटील. बसा जरा!" एवढं बोलून चहासाखर आणायला वाण्याच्या दुकानाकडे गेला.

बाबू घराबाहेर पडेपर्यंत पाटील उगीच बसून राहिला. नुसता चिलमीचे दम मारीत थांबला. पण बाबूची पाठ वळल्याबरोबर तो हालला. बाबू बसत होता, ती फाटकी उशी हातात घेऊन त्याने चाचपली. कडेचे एक भोक बोट घालून मोठे केले

आणि झटक्यात आत हात घातला.

उशीच्या आतला कापूस फार जुना झाला होता. त्याच्या ठिकठिकाणी गठड्या वळल्या होत्या. केरकचरा साठून राहिला होता. आत हात घालून सगळी उशी चाचपली तेव्हा पाटलाला एकाएकी हाताला एक पुरचुंडी लागली.

पाटलाने झटदिशी हात बाहेर काढून पुरचुंडी सोडली आणि बघितले. आत दहादहाच्या सहा नोटा होत्या. चांगले साठ रुपये होते.

पुरचुंडी तशीच खिशात घालून त्याने उशी सारखी केली. पालथी करून जागच्या जागी ठेवली. मग काहीच झाले नाही, असा चेहरा करून तो बाबूची वाट बघत राहिला.

बाबू आल्यावर चहापाणी झाले. गप्पाटप्पा झाल्या. शेवटी पायात जोडे घालता-घालता पाटील म्हणाला, "बरं. मग मी येतो उद्याच्याला. ठरवू आपण."

बाबू मान हालवून जोरात बोलला, "या की, पाव्हन्यास्नी म्हनावं काय भेयाचं कारन न्हाई. जाऊ कोरटात च्या मारी! गेले पन्नास-साठ तर गेले."

दुसऱ्या दिवशी सकाळी पाटील पुन्हा बाबूकडे आला तेव्हा बाबू उदास तोंड करून भुईवर बसला होता. त्याचे डोळे निस्तेज झाले होते. चेहरा पार सुकून गेला होता.

पाटील खाली बसत म्हणाला, "का रं? आज असा का चिंताकती बसलास?"

बाबू मान हलवून म्हणाला, "काय न्हाई. उगीच."

पाटील थोडा वेळ थांबला. मग पुन्हा त्याने विचारले, "मग? कोरटात जायाचं हे पक्कं झालं आमचं. मी पाव्हन्याला कळिवलंय तसं. कसं?"

बाबू काही बोललाच नाही. तोंड चिमणीएवढे करून तो गप्प बसून राहिला. त्याने मान खाली घातली. मग अगदी भुईसपाट आवाज काढून तो म्हणाला, "पावन्यास्नी म्हनावं, घ्या सारून आपसात. भांडणं करन्यात काय चव न्हाई. लई पैका जातो इनाकारन."

■

नऊ

सोळा आण्याचे वतनदार

गावातील बामणआळीत उजव्या अंगाला कुलकर्ण्याचा वाडा होता. मूळचा मोठा, पण आता पडला झडलेला. पन्नास-पाऊणशे खणांपैकी वीस-पंचवीस खण धड असलेला. या वाड्याचे मालक अण्णासाहेब कुलकर्णी. गावचे सोळा आण्याचे वतनदार. 'सोळा आण्याचे' म्हणण्याचे कारण, गावात कुलकर्ण्यांचे तेवढेच एकुलते एक घर होते. कुलकर्णी वतनाचा सगळा भोगवटा त्या घराकडेच होता. वतनाचे आखबंद उत्पन्न त्यांनाच मिळायचे.

अण्णासाहेब आता साठीला आले होते. मूळचा धिप्पाड, सरळसोट असलेला हा माणूस वयोमानाने किंचित झुकला होता. पाठीत वाकत होता. पण अजूनही त्यांचे दंड मल्लखांबासारखे गरगरीत होते. मांड्यांचे पट फिरत होते आणि छाती भरगच्च होती. तरुण वयात हातात कवडी घ्यावी आणि ती दाबून रांगोळी काढायला सुरुवात करावी, अशी त्यांची ताकद होती. आता ती राहिली नव्हती हे खरे; पण अजूनही ते दहा-दहा, वीस-वीस मैल सहज हिंडत, बारा भानगडी करीत आणि हातोहात निस्तरीत. मूळचा तांबूस गोऱ्या रंगाचा, पण उन्हाने रापून काळपट पडलेला हा म्हातारा अजूनही नुसत्या डोळ्यांनी माणसे दबवीत असे. त्यांच्या डोळ्यांकडे पाहिले की, या माणसाने जगाचे खूप अनुभव घेतलेले आहेत आणि जगालाही पुष्कळच नवीन-नवीन अनुभव शिकविले आहेत, अशी कुणाचीही खातरी होत असे.

घराच्या ओसरीवर तक्क्याला रेलून अण्णासाहेब बसून राहत. पानतंबाखू खात आणि जागी बसल्या-बसल्या सगळ्या गावच्या बित्तंबातम्या काढीत. गावात कुठे काय चालले आहे, कुणाची मोट तुटली, कोण गावात नवीन आले, कुणी जत्रेतून नवी बैलजोडी आणली, कुणाकुणात जमिनीवरून तक्रारी झाल्या, कुणाची बाईल कुणाशी लागून आहे, इथपर्यंतच्या सगळ्या बातम्या त्यांच्याजवळ तयार असत आणि

मग त्यातून नव्या भानगडी कशा उठविता येतील, या विचारात ते गढून जात. या सगळ्या प्रकारातून आपल्या कनवटीला चार पैसे कसे लागतील, याचा अदमास घेत.

गावात कुणी नवीन कागद करायला निघाला म्हणजे तर अण्णासाहेब राजे असत. जमीन विकत घ्यायला निघालेल्या माणसाला ते बोलावून घेत आणि म्हणत, ''गण्या, भडव्या, पैशाची मस्ती आली काय?''

तो जो 'गण्या भडव्या' असे त्याला त्याचा काहीच अर्थबोध होत नसे. घाबरून, बिचकून, मान खाली घालून तो म्हणे, ''न-न्हाई, मस्ती कशाची?''

''मग लेका जमीन विकत घ्यायला निघालाहेस तू. आँ?''

''तुम्ही नगं म्हनला तर न्हाई घेत मी.''

''नाही, जमीन घे तू. पण नीट बघून घेशील का न्हाईस?''

हुरळलेला गणा म्हणे, ''का बरं कुळकरनी? बघूनच ठरविलीय की म्या. आन् का बघायची तिला? रोजची नजरंखालची जमीन, काळाभ्वार तुकडा हाय. आन् बांधाला लागूनच हाय माज्या. आनखी काय बगायचं!''

अण्णासाहेब तोंडाने निषेध करून म्हणत, ''हात् लेका! देवानं अक्कल वाटली तेव्हा कुठं परसाकडला गेला होतास काय?''

देवाने अक्कल वाटली तेव्हा आपण नेमके कुठे गेलो होतो, हे गणाला मुळीच आठवत नसे. तो आपली मान खाली घालून गप्प राही. कुलकर्णी पुढे काय सांगतो याची वाट पाही.

मग अण्णासाहेब सांगत, ''अरे, जमिनीवर बोजा आहे त्या. कशाला घेतोस? फुकट पैसे गमावशील आन् वर कोर्टाची हवा खाऊन येशील.''

मग मात्र गणा घाबरून जाई आणि चाचरत म्हणे, ''आसं असंल कुळकरनी, तर मग न्हाई नादाला लागत मी त्या जिमिनीच्या. सांगितलं ते बरं केलंत.''

दुसऱ्या दिवशी जमिनीचा मालक बोंबलत येई. अण्णासाहेबांचे पाय धरून म्हणे, ''कुळकरनी, का आनलात पोटावर पाय? चांगला घेत हुता त्यो. त्याला हुलीवर घातलंत कशापायी?''

अण्णासाहेब सावकाश तंबाखू खात म्हणत, ''मी गावचा कुळकर्णी मेलो होतो काय? माझ्या परस्पर खुशाल देणी-घेणी करता? आँ?... म्हणून धडा शिकविला मी तुला, समजलास?''

– आणि मग खरेदीचा कागद होई व दोन्ही बाजूंचे थोडे-थोडे पैसे अण्णासाहेबांच्या कनवटीला लागत.

एकंदरीत असे चालले होते. अण्णासाहेबांच्या परभाऱ्या कुठलाही कारभार होत नव्हता. चार पैसे त्यांच्या खिशात पडत होते आणि सगळे लोक त्यांना चळचळा कापत होते. हा माणूस कुठे कुणावर बिलामत आणील, या भीतीने त्यांना मानीत

होते. विरुद्ध जात नव्हते आणि वेळप्रसंगी त्यांची थोडीफार भर करीत होते.

पण अशी भर होऊन-होऊन या दरिद्री गावात किती होणार होती? जमिनीचे तुटपुंजे उत्पन्न आणि असा हडप-झडप करून गाठी मारलेला पैका यावर त्यांचे घर कसेबसे चालत असे. दोन वेळची चूल पेटत असे. पण असे नेहमी चालण्यासारखे नव्हते. शिवाय ते आता उतरणीला लागले होते. पहिल्यासारखा बलदंडपणा आता नेहमी करणे शक्य नव्हते आणि सगळ्यांत त्यांना दु:ख या गोष्टीचे होते की, घरात तीन-चार थोराड, उमेदवार पोरे असून एकही त्यांच्या बरोबरीचा नव्हता. म्हणजे ते अगदीच वाया गेले होते, असे नव्हे. काही झाले तरी ते कुलकर्ण्यांचे बच्चे होते. पण आपल्या बापाची योग्यता त्यांच्याजवळ नव्हती. ही सगळी पोरे घोड्यासारखी वाढली होती आणि एकाचेही अजून लग्न झालेले नव्हते. थोरलाच पोरगा तिशीच्या आसपास होता आणि तो आता निबर दिसायला लागला होता. या पोरांच्या लग्नाचा प्रश्न अलीकडे बिकट झाला होता. जे मुलगी द्यायला तयार होते, ते सगळे दरिद्री होते आणि त्या व्यवहारात अण्णासाहेबांना काहीच प्राप्ती होण्यासारखी नव्हती. ज्यांच्याकडून त्यांना काही लग्गा साधण्यासारखा होता, ते आपली मुलगी या दरिद्री लोकांच्या घरात द्यायला तयार नव्हते. एकूण हा असा तिढा होता. दिवस भराभरा जात होते, पोरे एरंडासारखी वाढत होती, आमचे लग्न केव्हा करणार म्हणून बापाच्या पाठीमागे भुंगा लावीत होती आणि अण्णासाहेबांच्या पुढे मोठा बिकट प्रश्न येऊन उभा राहिला होता. आपण आहोत तोपर्यंत या पोरांची लग्ने केली पाहिजेत असे त्यांना वाटत होते. आपल्या पाठीमागे यांना हिंग लावूनदेखील कुणी विचारणार नाही, याची त्यांना खातरी होती. पण लग्न करायचे म्हणजे सोपी गोष्ट नव्हती. वरपक्ष झाला म्हणून काय झाले? खर्च हा होणारच. निदान चार माणसे आपल्या घरी जमणार. त्यांना चार-दोन वेळा जेवण घालावे लागेल. गावकऱ्यांना पोळी द्यावी लागेल. मुलीच्या अंगावर चार जिनसा घालाव्या लागतील. हे सगळे आणायचे कुठून? छे: छे:! आपल्याला तर कवडीचीही तोशीस न पडता हे सगळे झाले पाहिजे. इतकेच नव्हे, तर या धंद्यातून आपल्याला काही नफा उरला पाहिजे....

अण्णासाहेबांचे एकंदरीत धोरण अशा प्रकारचे होते. पण असे स्थळ त्यांना कुठे भेटत नव्हते आणि दिवस भराभरा चालले होते.

आणि मग एके दिवशी म्हसवडचे गोविंद मल्हार कुलकर्णी अचानक त्यांच्या घरी आढळायला आले. बरोबर दोन-तीन माणसे घेऊन आले. त्यांची मुलगी लग्नाची होती. कुणीतरी त्यांना अण्णासाहेबांचे नाव सुचविले होते आणि ते एकदम तिथे येऊन थडकले होते.

सकाळचे आठ वाजले होते. पूर्वेकडची उन्हे अंगणात आली होती. रानात निघालेल्या गडीमाणसांचा कालवा रस्त्यावरून आत ऐकू येत होता आणि आतल्या

घरात पोरे गडद झोपली होती. अण्णासाहेब सदरा आणि जाकीट घालून ओसरीवर बसले होते. पानाला चुना लावीत होते. अशावेळी ही माणसे बाहेरूनच विचारीत विचारीत आली.

नमस्कार-चमत्कार झाल्यावर अण्णासाहेब बोटाने शेंडीशी खेळत म्हणाले, ''हं, मंडळी, काय काढलंत? काय हुकूम आहे?''

हा प्रश्न ऐकल्यावर भिंतीला टेकलेला एक माणूस हलला. त्यातल्या त्यात पुढे सरकून, नाकात तपकीर कोंबून म्हणाला, ''नाही, म्हणजे आपल्या चिरंजिवांसाठी सोयरिक आणली आहे.''

''असं, असं!'' अण्णासाहेबांनी मान डोलावली.

''हे गोविंद मल्हार. म्हसवडला कुलकर्णी असतात. यांचीच मुलगी.''

गोविंद मल्हारांनी मिशा हलवून नमस्कार केला. अण्णासाहेबांनीही उलट नमस्कार केला. म्हणाले, ''असं काय? छान, छान!''

''मुलगी चौदा वर्षांची आहे.''

''अगदी योग्य. छान.''

''बाळबोध वळण आहे घरात.''

''छान, छान! बाळबोध वळणच पाहिजे. मोडी चालत नाही आम्हाला.'' असे म्हणून अण्णासाहेबांनी ख्यँऽऽ ख्यँऽऽ करून गडगडाट केला. त्यामुळे इतरांनाही नाइलाजाने हसावे लागले.

''बरं मग... मुलगी पाहायची....''

''मुलगी पाहायची?'' अण्णासाहेब आश्चर्याने म्हणाले, ''ती कशाला?''

मुलगी कशाला पाहायची, हा अण्णासाहेबांचा प्रश्न नीटसा समजण्यासारखा नव्हता. त्यामुळे क्षणभर कुणालाच काही बोलता आले नाही.

मग गोविंद मल्हारच चाचरत-चाचरत म्हणाले, ''नाही, म्हणजे मुलगी पाहायलाच पाहिजे की! तसं कसं?''

''छे: छे:! अहो, मुलगी म्हणजे लक्ष्मी. ती घरी येणार म्हणजे येणार. हे ठरलं आता. लक्ष्मीला कधी पाहायचं असतं काय? लक्ष्मी कधी वाईट असेल का?''

''लक्ष्मीला वाईट कोण म्हणेल?''

''छान, छान!... लाख बोललात. तेच मी म्हणतो.''

मुलीचा प्रश्न सुटला तरी पुढचे बोलणे शिल्लक होतेच. गोविंद मल्हार घरचा खाऊन-पिऊन बरा होता; पण पहिल्या चार-दोन पोरींच्या लग्नांनी कातीला आला होता. या खेपेला केवढ्यात पडते या हिशेबाने मनात धाकधुकत होता. जसे स्थळ असेल त्याप्रमाणे पैसे खर्चावे, असा मोघम हिशेब करून तो आला होता; पण इथे अजून कुठेच सूत हाती लागत नव्हते.

त्यांची का-कूं बघून अण्णासाहेब म्हणाले, ''निवांत विचार करा मंडळी. काही गडबड नाही. मी भटजींना हाक मारतो.''

अण्णासाहेबांनी सांगावा धाडून गोपाळभटजींना बोलावून घेतले. भटजी बैठकीवर येऊन पान-तंबाखू चघळत बसले, तरी या मंडळींचे नक्की काहीच जुळले नव्हते.

अण्णासाहेबांनी मग भटजींना म्हटले, ''काय देवा, बसलाय कशाला उगीच? चला, कागद घ्या. याद्या करा.''

प्रकरण एकदम याद्यांवर आले तेव्हा मंडळी बिचकली. काहीतरी बोलले पाहिजे असे त्यांना वाटू लागले, आता काय सांगावे हे त्यांना सुचेना. हा एवढा मोठा वाडा, सोळा आण्याची वतनदारी... याला शोभेल असे काहीतरी बोलावे लागेल. नाहीतर आपण काहीतरी आकडा टाकायचा आणि हा थोर माणूस डोक्यात राख घालून घ्यायचा. असे झाले म्हणजे पंचाईत... काय करावे?

मंडळी बोलत नाहीत हे पाहून अण्णासाहेब म्हणाले, ''हं, गोपाळभटजी, लिहा – 'वधूकडून वरास,' लिहिलंत?... हं... हे पाहा मंडळी, तसा काही संकोच करायचं कारण नाही. काय वाटेल तो आकडा घाला तुम्ही. मी तिकडे ढुंकूनदेखील बघणार नाही. अहो, आम्ही वतनदार माणसं. आम्हाला काय कमी आहे, म्हणून तुमची आशा धरावी आम्ही? त्यातून लक्ष्मी घरी यायची. आपलं शास्त्रं आहे म्हणून काहीतरी घ्यायचं. काय गोपाळभटजी?''

गोपाळभटजी अण्णासाहेबांच्याच तालमीत मुरलेला गडी होता. तो तोंड वाकडे करून म्हणाला, ''हां, शास्त्र आहे म्हणून घ्यायचं एवढंच. नाहीतर आपण घेऊ नये वास्तविक. आपल्याला काय कमी आहे? काय वाटेल तो हुंडा द्यावा त्यांनी किंवा देऊही नये.''

हे ऐकून ते लोक जास्तच बावळटासारखे एकमेकांकडे बघू लागले. डोकी खाजवू लागले. कपाळावर नसलेला घाम पुसू लागले.

''बरं, असं करा,'' अण्णासाहेब टाळू खाजवीत म्हणाले, ''वधूकडून वरास हे कलम तूर्त तसंच ठेवा. होऊ द्या त्यांचा विचार फायनल. सावकाश ठरवून घाला आकडा. देवा, वराकडून वधूस कलम सुरू करा.

गोपाळभटजींनी यापूर्वीच मांडी घालून कागदाची घडी घातली होती. 'लक्ष्मी-वेंकटेश प्रसन्न', 'सीता-रामचंद्र प्रसन्न' ही दोन्ही कुलदैवते कागदावर प्रसन्न करून ठेवली होती. अण्णासाहेबांच्या म्हणण्याप्रमाणे त्यांनी डावी बाजू रिकामी ठेवली आणि उजव्या बाजूला लिहायला सुरुवात केली.

''हं, लिहा. मणिमंगळसूत्र. ते पहिल्यांदा.''

''हं!''

''पुढं बिलवर आठ तोळ्यांचे.''

"आठ तोळ्यांचे?" भटजी 'आ' वासून म्हणाला.

"तुम्हाला काय? लिहा आपले. वतनदाराला शोभेल असं झालं पाहिजे सगळं."

"बरं, आठ तोळे."

"पाटल्या दहा तोळ्यांच्या."

"हं."

"गोट बारा तोळ्यांचे."

"हं."

"आता काय? नथ! नथ केवढ्यापर्यंत करावी भटजी?"

"करावी की – तीनशे एक रुपयांपर्यंत करावी."

"हॅट्! तीनशे म्हणजे काय विशेष झालं? अहो, तीनशे रुपयांची नथ घालून आमची सून गावात हिंडायला लागली, तर तिचं तोंड बघायचे नाहीत गावातले लोक. तुम्ही काय सांगता आहात हे?"

गोपाळभटजी मनात म्हणाला, "काय चावट आहे म्हातारा! लेकाच्याजवळ घर झाडलं तरी तीनशे रुपये सापडायचे नाहीत आणि हा नथ करतोय तीनशे रुपयांची!... याचंच तोंड बघा!" पण उघड तो म्हणाला, "छे:! चुकलंच आमचं ते. पाचशे रुपयांपर्यंत तरी नथ पाहिजेस."

"वा:! काय बोललात!"

"नाहीतर गावकरी मंडळी नावं ठेवतील."

"छान, छान! अगदी बरोबर. लिहा नथ अदमासे किंमत रुपये पाचशे."

आणि अशा रीतीने पानभर यादी सांगून झाली.

सांगणारा सांगत होता, लिहिणारा लिहीत होता आणि बाकीची मंडळी तो अद्भुत वृत्तांत टकामका करून ऐकत होती; मनात दचकली होती आणि आपला आकडा मनात उच्चारायलासुद्धा शरमत होती.

यादी संपली. मग अण्णासाहेब म्हणाले, "हं मंडळी, घालून टाका तुमचा आकडा!"

त्या माणसांची पुन्हा चुळबुळ सुरू झाली. भीतभीत उपरणेवाला म्हणाला, "त्याचं असं आहे अण्णासाहेब, आम्ही आहोत गरीब माणसं. तुमची बरोबरी कशी व्हावी?...."

अण्णासाहेबांनी चेहरा रागीट केला. नाकपुड्या फुगविल्या.

"ते मी विचारलंय का तुम्हाला? एकदा सांगितलं ना, वाटेल तो आकडा घाला म्हणून. मी ढुंकून बघणार नाही तिकडे. शब्द म्हणजे शब्द आणि तुम्ही काय वेडे आहात काय वाटेल तो आकडा घालायला?... योग्य तेच बोलणार तुम्ही."

ती माणसे उठून थोडीशी बाजूला गेली, एकमेकांत कुजबुजली आणि परत आली. मग उपरणेवाला माणूस आदबशीर आवाजात म्हणाला, "असं करा अण्णासाहेब, तुम्ही नाही म्हणू नका. आम्ही हजार रुपये घालतो. यात सगळं समजून घ्या. काय?"

"ते काय तुम्हाला पाहिजे ते घाला. मी एकदा बोललो."

आणि मग याद्या झाल्या. यानंतरच्याही रीतसर गोष्टी ठरल्या. लग्नाच्या दिवशी मुलीकडल्यांनी पद्धतीप्रमाणे जेवण द्यावे, हे ठरल्यावर मुलीकडची मंडळी म्हणाली, "गोविंद मल्हारांचा गोतावळा पुष्कळ आहे."

"बरं मग?"

"नाही, तो सगळा लग्नाला येणार."

"छान, छान!"

"तेव्हा – दुसऱ्या दिवशीचं जेवण पद्धतीप्रमाणे आपल्याकडून मानाचं म्हणून व्हावं, एवढीच इच्छा!"

"म्हणजे?" अण्णासाहेब खणखणीत आवाजात म्हणाले, "वतनदाराच्या घरचं लग्न आणि व्याह्यांची माणसं आमच्या गावातनं हात ओला केल्याशिवाय जातील? भलतंच! जेवण केल्याशिवाय जाऊच देणार नाही तुम्हाला आम्ही. तुम्ही काय समजलात?"

म्हसवडची माणसे या बोलण्याने संतुष्ट झाली. मग इतरही गोष्टी भराभरा ठरल्या. घरातल्या अडीअडचणींचा विचार झाला आणि त्यानुसार तिथिनिश्चय झाला. भटजींनी यादीच्या दोन प्रती केल्या आणि त्यावर सह्या घेतल्या. हळदी-कुंकू शिंपडले. अण्णासाहेबांनी यादी देवांपुढे नेऊन ठेवली. सगळ्यांना गंध लावले. चहापाणी झाले आणि माणसे पांगली.

मग पुढचे दिवस भराभरा गेले. लग्नाची तयारी सुरू झाली. अण्णासाहेबांच्या घरचे कार्य आणि तेही पहिले म्हणून गावकरी मंडळींनी, त्यांनी सांगायच्या आत आपापली कामे करून टाकली. कुणी घराला चुना दिला. कुणी गेरूने पट्टे ओढले. कुणी बोहले बांधून द्यायचे कबूल केले. देशमुखाने नवऱ्या मुलासाठी घोडा द्यायचे ठरवले... एक ना दोन गोष्टी. गावातली सगळी माणसे कामाच्या रगाड्यात सापडली. कधी नव्हे ती कुलकर्ण्यांची पोळी खायला मिळेल, या आशेने कामे करत राहिली.

पंधरा दिवस हां-हां म्हणता सरले. लग्नाचा दिवस उद्यावर येऊन ठेपला तसे म्हसवडचे सोयरे दहा-पाच गाड्या करून धडाक्याने तिथे येऊन ठेपले. दुपार उलटेपर्यंत गावात येऊन पोहोचले. संध्याकाळचे सीमांतपूजन आणि वाङ्‌निश्चय हे कार्यक्रम त्यांना गाठायचे होते. अण्णासाहेबांच्या घराजवळचेच एक घर त्यांच्यासाठी मोकळे केलेले होते. तिथे गाड्या सुटल्या. गाडीवानांनी बैले सोडली आणि जी जागा मिळेल तिथे बांधली. वळकट्या, ट्रंका, पोती आणि पोरे यांचा एकत्र गोंधळ उडाला.

बायका उतरल्यापासून नटायला निघाल्या. पुरुषमंडळी पालावर बसून गप्पा हाणू लागली आणि अंगण लाल पिचकाऱ्यांनी रंगदार करू लागली. पोरे या वाड्यातून त्या वाड्यात, गल्लीत पळू लागली. दारासमोर भिंतीवर काढलेले दोन शिपाई, केळीचे खुंट, गणपतीचे नवे चित्र बघत उभी राहू लागली, खाऊ लागली, रडू लागली.

सीमांतपूजन आटोपल्यावर अण्णासाहेबांच्या हातात हजाराचा तोडा आला. मग वाङ्निश्चयाच्या कार्यक्रमास सुरुवात झाली. थोड्या वेळाने भटजींनी अण्णासाहेबांना बोलावून विचारले, "अण्णासाहेब, मुलीच्या अंगावर...."

"हो, हो, तर!" अण्णासाहेब व्याह्यांकडे नजर टाकून म्हणाले, "सगळं जय्यत तयार आहे. अरे गोंदा, दागिन्यांचा डबा घेऊन ये."

पण या गडबडीत गोंदा कुठेच जाग्यावर नव्हता. हाका मारमारूनही तो कुठे आढळला नाही, पुढे आला नाही. ते पाहून अण्णासाहेब म्हणाले, "अरे, गोंदा गेला कुठं या वेळेला?"

कुणीतरी सांगितले, "उद्याच्या मिरवणुकीसाठी पेशल मोटर आणायला गेलाय तो तालुक्याला."

"असं? छान! छान! अगदी योग्य. बरं, नसे ना का तो, हऱ्या, तू आण जा डबा घरातनं. पळ."

धाकटे चिरंजीव हरिभाऊ मान खाली घालून उभे राहिले होते. ते बराच वेळ बोलेचनात. शेवटी म्हातारा अंगावर जाऊन ओरडला, "अरे गद्ध्या, तुला ऐकू येतंय का नाही?"

हरिभाऊंनी मान हलवून सांगितले की, "ऐकू येतंय."

"मग उभा काय राहिलास शुंभासारखा? जा पळ, जिनसा घेऊन ये. लोक केव्हाचे खोळंबले आहेत."

"पण त्याचं काय झालंय अण्णा –"

"काय झालं?"

"त्या पापरीच्या सोनाराकडं टाकल्या होत्या ना जिनसा तुम्ही करायला?"

"बरं मग?"

"तो सोनार भडवा आलाच नाही अजून जिनसा घेऊन!"

"आँ?... काय हलकट आहे लेकाचा! मला म्हणाला, अगदी टायमाला जिनसा पोहोचवितो तुमच्या; काही काळजी करू नका. आन् वेळेला तोंडघशी पाडलंन भोसडीच्यानं. आता काय करावं? आता व्याह्यांना काय वाटेल?"

आणि मग अण्णासाहेबांनी सोनाराच्या सगळ्या पिढ्यांचा उद्धार केला. लाख शिव्या दिल्या. चेहरा रागाने लालेलाल केला. इतका की, हा म्हातारा संतापाने वायू

होऊन बेशुद्ध होऊन खाली पडणार असे बाकीच्या माणसांना वाटू लागले. पुरुष, बायका, पोरे सगळी गपगार झाली. त्यांच्याकडे टकमका बघत उभी राहिली. कुणी बोलेना, चालेना. सगळे चूपचाप!

शेवटी व्याहीच पुढे झाले. अण्णासाहेबांचा हात धरून त्यांना खाली बसवून म्हणाले, ''जाऊ द्या हो! जिनसांचं काय मोठं! मुलीच्याच आहेत. आज नाही उद्या मिळतील. जातात कुठं?''

हे ऐकल्यावर अण्णासाहेबांनी पुन्हा तोंड सोडले. धोतराच्या सोग्याने घाम पुसून ते म्हणाले, ''जाण्याचा प्रश्न नाही हो. अन् कार्यक्रम का असल्या जिनसांमुळे खोळंबून राहील? पण जात कशी हलकट आहे बघा, म्हणजे झालं.''

तेवढ्यात हरिभाऊ मान वर करून म्हणाले, ''अण्णा, तुम्ही उगीच त्या पापरीच्या सोनाराकडे टाकलंत काम. माजोरी जात आहे ती. कध्धी वेळेवर द्यायचा नाही.''

''अरे, आपल्या गावात गोठ चांगले होत नाहीत. ते तो सोनार चांगले करतो म्हणून हौसेने दिलं मी काम त्याला. पण तुम्हाला तरी अक्कल पाहिजे का नको? आपल्या जिनसा बाबा आल्यात-नाहीत याची चौकशी करायला नको होती का तुम्ही? नाही आल्या तर आपण समक्ष जावं, आणाव्यात, एवढी अक्कल असू नये तुम्हाला?... नुसते एरंडासारखे वाढलेत लेकाचे!''

बोलून-बोलून अण्णासाहेबांच्या तोंडाला फेसकूट आले. घसा बसला. अंगातली ताकदच संपली. तेव्हा चुपचाप होऊन ते निवांत बसले. मग वाङ्‌निश्चयाचा कार्यक्रम बिनबोभाट पार पडला. हळूहळू माणसे परतली. गावकरी गेले. बायका पांगल्या. 'आता उद्या सकाळपर्यंत आला सोनार तर ठीक; नाहीतर दाखवितो त्या हरामखोराला,' असा दम भरीत-भरीत अण्णासाहेब घराकडे आले.

रात्री ओले रुखवत होऊन नवरा मुलगा जेवला. पहाटेपासूनच लग्नाची गडबड सुरू झाली. सकाळी अकराच्या सुमारास मुहूर्त धरलेला होता. सकाळपासून कामं आटोपता-आटोपता बायका बेजार झाल्या. पुरुषमंडळी लफ्फेदार उपरणी, रुमाल, टोप्या घालून उगीचच इकडून तिकडे आणि तिकडून इकडे करीत राहिली. ताशा-वाजंत्रीवाले सकाळपासून दाराशी येऊन दोन पायांवर बसले होते आणि जीव खाऊन वाजवीत होते. मुले हिंडत होती, पळत होती. त्यांना आवरण्याच्या नावाखाली बायकाही पळत होत्या आणि जास्त गोंधळ घालीत होत्या. न्हाणीधुणी, नट्टापट्टा चालला होता. चौकातल्या पाण्याचे ओघळ बाहेर रस्त्यापर्यंत आले होते. वेळ भराभरा जात होता आणि मुहूर्त जवळजवळ येत होता.

सकाळचे दहा वाजायला आले. देशमुखांचे घोडे येऊन फुरफुर करीत कुलकर्ण्यांच्या वाड्यासमोर उभे राहिले. टापांनी जमीन खणू लागले. मुलीकडच्या बायका नवऱ्याला खीर

पोहोचवायला निघाल्या आणि तरीदेखील सोनाराचा पत्ता नव्हता आणि जिनसांचाही नव्हता.

घोडे आलेले बघून अण्णासाहेबांनी डोक्याला रुमाल बांधला. पायात लालभडक जोडे चढविले आणि घोड्यावर टांग मारून ते निघाले. वाटेत भेटलेल्या व्याह्यांना त्यांनी ओरडून सांगितले, ''जाऊन येतो पापरीला. जिनसा घेऊन येतो. मी समक्ष गेल्याशिवाय काम व्हायचं नाही आता.''

व्याही गोंधळून म्हणाले, ''अहो, पण लग्नाची वेळ आली. आता कशाला जाता उगीच?''

''कशाला म्हणजे? जिनसा घेऊन येतो ना! सोनार आहे का हजाम आहे लेकाचा! मी जातीने गेल्याशिवाय कड लागायची नाही. भुस्कटच पाडतो त्याचं!''

''पण लग्नाची टाइम –''

''आलोच आता घडीभरात. टायमाच्या आत इथं ठ्यां म्हणून समजा!'' असे म्हणून अण्णांनी घोड्याला टाच दिली. जनावर मूळचेच तेज होते. लगाम सैल सोडून टाच दिल्यावर ते भरधाव निघाले. क्षणभर फुफाटा सुटला आणि अण्णासाहेब पार लांब गेले. दिसेनासे झाले.

लग्नाची वेळ हळूहळू भरली. खीर देऊन बायका परत फिरल्या. नवरा मुलगा गावाबाहेरच्या मारुतीच्या दर्शनाला गेला आणि वाजतगाजत परत आला. वास्तविक देशमुखांचे घोडे त्यालाच बसायला आणले होते; पण ते अण्णासाहेबांनी नेल्यामुळे तो पायीच गेला आणि आला. लग्नघरी माणसे मानाप्रमाणे बसली. अक्षता घेऊन 'शुभमंगल सावधान'ची वाट पाहत राहिली. ताशावाला, सनईवाला तयार राहिला. मुहूर्ताची वेळ भरत आली. तास झाला; पण अण्णासाहेबांचा पत्ताच नव्हता.

आता येतील, मग येतील म्हणून सगळ्यांनी वाट पाहिली. शेवटच्या घटकेपर्यंत वाट पाहिली. थांबावे की थांबू नये हे कळेना. शेवटी भटजींनी सांगितले की, आणखी अर्ध्या तासाने दुसरा मुहूर्त आहे. थोडे थांबायला हरकत नाही. मग सगळीच माणसे खोळंबली. नवरा मुलगा बोहोल्यापाशी खोळंबला. नवरी गौरीहराची पूजा करीत राहिली आणि वऱ्हाडी मंडळी अक्षता या हातातून त्या हातात करीत, एकमेकांशी बोलत तिष्ठत राहिली.

आणखी अर्धा तास गेला आणि तरीही अण्णासाहेब परत आले नाहीत!

दुपारची बाराची वेळ. वैशाखातले ऊन सगळीकडे तापत होते. गरम झळा येत होत्या. माणसे घामाघूम झाली होती. सारखी हाश्ऽऽ हुश्ऽऽ करीत होती. रडकुंडीला आली होती. केव्हा एकदा हा समारंभ संपतो याची वाट बघत होती.

शेवटी व्याही उठले आणि बोहल्याजवळ बसलेल्या गोपाळभटजींना म्हणाले, ''भटजी, आता कसं करायचं?''

''काय करायचं?''

"मुहूर्ताची वेळ भरत आली. तुम्ही थांबा म्हणालात म्हणून थांबलो; पण अजून यांचा पत्ता नाही. काय करायचं?"

गोपाळभटजींनी मान खाली घालून क्षणभर विचार केला. मग सांगितले, "काही थांबायचं नाही. लग्न लावून टाकायचं."

"अन् अण्णासाहेब?"

"त्याला काय करायचं? ते आले नाहीत म्हणून लग्न काही थांबत नाही. पुन्हा मुहूर्त नाही दिवसभर. बघा, थांबाल तर पस्तावाल!"

"मग सुरू करावं म्हणता?"

"अर्थात!"

झाले. गोपाळभटजींनी सांगायचा अवकाश, लग्नाचा धूमधडाका उडाला. मंगलाष्टके झाली. सनईच्या, ताशा-वाजंत्र्यांच्या आवाजात वधूवरांनी एकमेकांच्या गळ्यात हार घातले. गावकऱ्यांना, वऱ्हाडी माणसांना पानसुपारी झाली. भटजींना दक्षिणा वाटली गेली. गोरगरिबांना देकार वाटण्यात आला. लाजाहोम, सप्तपदी... चौकात धूरच धूर झाला. भटजी मंत्र बडबडू लागला. बायका फराळासाठी पाने मांडू लागल्या. पोरे तोंडात बोटे घालून नवरानवरीकडे अचंब्याने बघत उभी राहिली....

माणसे हळूहळू पांगली.

उन्हे कलली. दुपारचे चार वाजून गेले. जेवणाच्या पंक्तीमागून पंक्ती उठल्या. माणसे पोट फुगस्तवर जेवली. पुष्कळ खाऊन आणि बरेचसे टाकून उठली. बायांनी पत्रावळी गोळा केल्या, शेण लावले आणि खरकटे बाहेर फेकून दिले. दोन-दोन तास तिष्ठत बसलेल्या भिकाऱ्यांचा ताफा त्याच्यावर तुटून पडला. जेवणाची सुस्ती सगळ्यांच्या अंगात उतरली. सगळेच आळसावले, पेंगत-पेंगत पुढचा कार्यक्रम हळूहळू उरकून टाकू लागले आणि मग टप्ऽ टप्ऽ घोडा उडवीत अण्णासाहेब आले.

गावच्या वेशीपाशीच त्यांना कळले की, लग्न लागले. आपल्यावाचून काही अडले नाही, कुणी खोळंबले नाहीत. जेवणेबिवणे करून सगळे निवांत वाघरासारखे पडले आहेत. मग ते गावात गेलेच नाहीत.

संतापाने लाल होऊन त्यांनी घोडे चावडीपाशी बांधून ठेवले आणि चावडीच्या कट्ट्यावर पाय रोवून ते बसून राहिले. डोक्यात राख घालून ते बसून राहिले. ज्याच्या त्याच्या अंगावर धावून जाऊ लागले. तोंडाने भरमसाट शिव्या देऊ लागले.

लग्नघरी सगळ्यांना कळले की, अण्णासाहेब आलेले आहेत आणि चावडीवर बसून राहिले आहेत. गावात यायला तयार नाहीत. तेव्हा सगळ्यांची पाचावर धारण बसली. व्याही एकटे त्यांच्यावाचून जेवायचे खोळंबले होते. अजून उपाशीच होते. शेवटी गोपाळभटजीला पुढे घालून ते चावडीकडे गेले.

त्यांना बघितल्यावर अण्णासाहेबांचा पट्टा जोरात सुटला. रागाने थरथर कापत, आरडाओरडा करीत ते म्हणाले, "अरे, मी काही मेलो नव्हतो. चांगला जिवंत होतो. येस्तवर जरा वाट बघायची होती. छप्पन मुहूर्त होते...."

व्याही अजीजीने म्हणाले, "अहो, पण मुहूर्त –"

"झक् मारतो तुमचा मुहूर्त! चालू लागा. प्राण गेला तरी मी यायचा नाही गावात!"

"मी खोळंबलो आहे तुमच्यावाचून जेवायचा."

"कशाला खोळंबलात?... मी काही घास घालणार होतो काय तुमच्या तोंडात?"

"पण भटजींनीच सांगितलं –"

"काय सांगितलं भोसडीच्यानं?"

"तुमची वाट बघू नका म्हणून. लग्न उरकून घ्या म्हणाले. पुढं मुहूर्त नव्हता...."

"तो गोप्याभटजी?" अण्णासाहेब दातओठ खाऊन म्हणाले, "काय रे, असं सांगितलंस काय हरामखोरा?... पण तुला काय? लग्नमुंज आणि श्राद्धपक्ष दोन्ही सारखीच. कुणीकडनं पैसे मिळाल्याशी गाठ तुला. मी मेलो तरी तितक्याच आनंदाने जेवायला येशील तेराव्याला!"

हा वेळपर्यंत अण्णासाहेब आल्याचा आणि चावडीत बसल्याचा प्रकार सगळ्या गावभर झाला होता. घरची माणसं, वऱ्हाडी मंडळी, पोरंसोरं, गावकरी – सगळे हळूहळू चावडीकडे गोळा झाले होते. घोळका करून उभे होते. आपसात खासगी आवाजात बोलत होते. गलका वाढत होता.

अण्णासाहेबांनी खांबाला टेकून पायऱ्यांवर पाय सोडले होते. खांबाला हाताचा आधार देऊन वटारलेल्या डोळ्यांनी ते माणसांकडे बघत राहिले होते. गावची प्रतिष्ठित माणसे हळूहळू गोळा झालेली बघून त्यांना पुन्हा जोर चढला.

"अरे, तुम्ही तरी वतनदाराचा मान राखायचा होता. ही माणसं काय खुंटावरचे कावळे! आज आहेत, उद्या नाहीत. त्यांना कुणीकडनं वतनदाराच्या घरात आपली पोरगी घुसवायची होती. पण तुम्ही तर गावचे लोक होता? तुम्हाला लाजा नाही वाटल्या?"

माणसे चकार शब्द न बोलता उभी होती. अण्णासाहेबांच्या तोफखान्यापुढे गारद झाली होती. काय उत्तर द्यावे हे त्यांना सुचत नव्हते.

शेवटी म्हातारा पाटील पुढे झाला. म्हणाला, "अण्णासाहेब, चुकी झाली आमची. माफी द्या. आता चला गावात." अण्णासाहेब पुन्हा उसळले.

"कशाला चला? रस्ते झाडायला? का तुझ्या मळ्यातलं चघळ गोळा करायला?"

"असं का बरं कुळकरनी वाकडं लावता? अहो, तुम्ही वतनदार मानसं. गावची

सोभा. तुमच्याबिगार आमचं कसं हुईल?''

''का? मी काय हात धरून ठेवतो काय तुमचे? का गुदगुल्या करतो सारख्या?''

दुसरा माणूस म्हणाला, ''हां, हां! आमी नुसतं हातपाय. तुमी डोकं हाय गावचं.''

''म्हणून ते तासलंत काय तुम्ही?''

''तुमी न्हाई तर अवकळा आली गावावर.''

''मरीआईचा गाडा येऊ दे!''

''लुंगं गेलं, ताट राहिलं असं हुईल!''

''हूं दे; कडबा खावा जनावरासारखा.''

गावकऱ्यांनी नाना प्रकारांनी समजूत घातली. विनंत्या केल्या, मनधरणी केली, पण अण्णासाहेब उठेनात, पाऊल उचलीनात. शेवटी पाटील पुन्हा पुढे झाला. हा तापलेला म्हातारा आता न जाणो, किती जणांचं वाटोळं करतो, या हिशेबाने घाबरलेला पाटील पुढे झाला. धोतर पसरून, अण्णासाहेबांचे पाय धरून तो म्हणाला, ''सांगितलं ना, चुकलो आमी कुळकरनी. आता पुन्हा न्हाई असं हुनार, झाली चुकी, कबूल हाय. त्याबद्दल सबंध गावचं जेवन आमी तुमाला देतो. तुमच्या पाव्हण्यांना देतो. पण उठा आता. न्हाई म्हनू नका. आकलाईची शपत हाय तुमाला.''

मग मात्र अण्णासाहेब उठले. म्हणाले, ''तुम्ही जेवण घालतो म्हणालात म्हणून नाही; पण आकलाईची शपत घातलीत म्हणून उठतो.''

मग पायातला जोडा नीट घालून ते पायऱ्या उतरून खाली आले. व्याह्यांना म्हणाले, ''मग उद्या ह्यांचं जेवण करूनच सुटा गावाकडे. काय?''

आणि मग दागिन्यांचा डबा कुणाच्याच लक्षात राहिला नाही.

■

दहा

उपद्व्याप

आई माझा शाळेत न्यायचा डबा तयार करीत होती; आणि मी इकडे दप्तरात अभ्यासाची पुस्तके आणि वह्या भराभरा कोंबत होतो. नुसते मुकाट्याने काम आई कधी करीत नाही. सारखा मला काहीतरी उपदेश करीत असते. कधी कंटाळतच नाही. गंमत आहे झाले!

"बंड्या, वह्या, पुस्तके नीट बघून घाल दप्तरात. विसरू नकोस.''

"अगं, तसंच करतोय मी.''

"तसंच काय करतोयस! परवा पालकसभेत तुझ्या वर्गशिक्षिका तुझ्याबद्दल तक्रार करत होत्या. वर्गात पुस्तक आणत नाही, गृहपाठ कधी करतो, कधी करत नाही... '' आईचा पट्टा सुरू झाला.

"अगं, त्यांना सवयच आहे तक्रार करायची. त्या नेहमी मला म्हणतात, 'तू फार उपद्व्यापी मुलगा आहेस.''

"मग काय खोटं आहे का? परवा म्हणे तू बेडूक नेला होतास खिशात घालून. अन् वर्गात सोडून दिलास –''

"सोडून नाही दिला,'' मी शक्य तितक्या नम्रपणे म्हणालो, "एकदम टुणकन उडी मारून खिशातून तोच बाहेर आला. मग काय, सगळ्या वर्गात पळापळ झाली.''

"यालाच 'उपद्व्याप' म्हणतात बरं बाळ!''

आईने एकदम आवाज चढवला. "आज नवीन बाई येणार आहेत ना, तुमच्या वर्गावर?''

"हो पहिलाच तास आहे.''

"मग जरा शहाण्यासारखा वाग. त्यांना त्रास देऊ नकोस. पुन्हा माझ्याकडे तक्रार आली तर पाहा. मग माझ्याशी गाठ आहे. लक्षात ठेव.''

आई हा असा नेहमीच मला दम देत असते. पण करीत काहीच नाही. मला चांगलं माहीत आहे.

खरं म्हणजे मी सगळं व्यवस्थित करण्याचा

प्रयत्न करतो. पण खेळायच्या गडबडीत काही वेळा घोटाळा होतो. एखादे पुस्तक, गृहपाठाची वही दप्तरात घालायची विसरतो. पण तसे माझे काही बिघडत नाही. अभ्यासाच्या वेळी मी दुसरे कुठले तरी पुस्तक काढून तोंडासमोर धरतो. बाईंना काही कळत नाही. पण आमच्या वर्गातली कार्टी फार खडूस आहेत. लगेच माझ्याबद्दल आरडाओरड करतात. एकदा बाईंनी वाचन घेतले, तेव्हा पाठीमागच्या बाकावरील बाळू जोशीचे पुस्तक मी हळूच पळवले आणि काम भागवले. पुस्तक सापडले नाही म्हणून बाळूच गडबडला. बाईंनी त्याचेच कान पिरगाळले. मग त्याने तक्रार केल्यावर बाई मला खूप बोलल्या. आता माझे नाव सांगायचे जोशाला काही नडले होते का? पण नाही, तोही लेकाचा खडूस आहे.

आता शाळेत जायला निघायचे; तेवढ्यात माझे लक्ष सहज हॉलमधल्या कॉटकडे गेले. कॉटवर काहीतरी चकाकत होते. मी जवळ जाऊन पाहिले. ती आजोबांची तपकिरीची मोठी डबी होती.

आजोबा अधूनमधून केव्हातरी आमच्या घरी येतात. थोडा वेळ आईशी गप्पागोष्टी करतात आणि जातात. त्यांना तपकीर ओढायची सवय आहे. गप्पा मारता-मारता देखील ते आपल्या डबीवर सारख्या टिचक्या मारीत असतात. मग मध्येच बोटांनी भलीमोठी चिमूट घेऊन नाकात कोंबतात. मग रुमालाने नाक पुसतात. त्यांना शिंका कशा येत नाहीत, देव जाणे! एकदा मी त्यांच्या डबीतली तपकीर नाकात घालून बघितली होती. अशी जबरदस्त शिंक आली म्हणता. मला तर वाटले, आपले नाक बहुधा तुटणार. निदान पुढचा शेंडा तरी उडणार. तसे काही झाले नाही म्हणा! पण एकामागोमाग एक सटासटा शिंका आल्या. नाक अगदी रिकामे-रिकामे झाले. मला फार मजा वाटली. तेव्हापासून केव्हाही आजोबा घरी आले की, मी हळूच त्यांची डबी पळवतो आणि तपकिरीची चिमूट नाकात कोंबातो. अशी मजेदार शिंक येते म्हणता. नाकात अगदी गुदगुल्या होतात.

कॉटवरची डब्बी हळूच खिशात टाकली. आईने दिलेला डबा दप्तरात ठेवला आणि दप्तर पाठीला अडकवून मी बाहेर पडलो. वाटेत खरे म्हणजे खूप गमती-जमती होत्या. एके ठिकाणी एक दारुड्या जोरात आरडाओरड करीत चालला होता. एके ठिकाणी कसलीतरी भांडणे आणि मधूनमधून मारामारीपण चालली होती. मी ती अगदी थोडा वेळ बघितली आणि मग शाळेत आलो. आज मला तपकिरीची गंमत मुलांना दाखवायची होती.

शाळा सुरू व्हायला पाच-सात मिनिटे अवकाश होता. आमच्या पाचवी 'अ'च्या वर्गातली मुले हळूहळू वर्गात येत होती. बबन्या पवार नेहमीप्रमाणे थोडा लंगडत-लंगडत आला. रवी पाठक शीळ वाजवीत-वाजवीत आपल्या जागेवर येऊन बसला. माझ्या पाठीमागचा बाळ्या जोशी रोजच्याप्रमाणे घाबरट चेहऱ्याने

आला आणि मुकाट्याने आपल्या जागेवर येऊन बसला. गुंड्या बोडके आरडाओरड करीत एखादे डुक्कर घुसावे, तसा धावतपळत आला आणि बसल्याबसल्याच त्याने शेजारच्या सद्याशी मारामारी करायला सुरुवात केली. सगळे आले.

माझ्या शेजारचा विन्या घाटपांडे अगदी चक्रम आहे. त्याला जर एखादी गोष्ट दिली ना; तर तो कधी घेत नाही. पण जर त्याला तुला देणार नाही म्हणून सांगितलं ना, मग अगदी हटकून मागतो.

चड्डीच्या खिशात सहज हात गेला आणि मला एकदम आठवण झाली. खिशातून आजोबांची ती मोठी तपकिरीची डबी बाहेर काढली. तिच्यावर टिचक्या मारल्या. मग थोडीशी तपकीर घेऊन नाकात घातली. आता सवयीने मला शिंक वगैरे येत नाही.

विन्या माझ्याकडे कुतूहलाने बघतच होता. त्याने विचारले, ''ते काय आहे डबीत?''

मी त्याच्याकडे दुर्लक्ष करीत म्हणालो, ''ती आमची गंमत आहे. पण तुला मुळीच देणार नाही.''

''कसली गंमत आहे? सांग ना बंड्या.''

मी बरेच आढेवेढे घेतले, मग म्हणालो, ''ही जादूची डबी आहे. तिच्यात जादूची पावडर आहे. थोडी नाकात घातली ना....!''

''काय होतं? असं काय करतोय? सांग ना.''

''एकदम गंमतजंमत दिसायला लागते, लांबलांबचे डोंगर, नद्या, झाडं....''

''छट्!.....''

''अरे खरंच! जरा जास्त पावडर नाकात घातली ना, तर एकदम बजरंग बलीचे दर्शन होतं.''

''हॅट्!'' काहीतरीच सांगतोय तू.''

''मग बस घरी! विश्वास नाहीतर विचारतोस कशाला? अन् तुला देणारच नाहीये मी.''

मी त्याच्याकडे दुर्लक्षच केले. तेव्हा विन्या गयावया करीत म्हणाला, ''असं काय करतोस? मला बघू दे ना ती गंमत.''

मग मी दुसरी चिमूट घेतली आणि एकदम त्याच्या नाकात कोंबली.

विन्याचे तोंड लालबुंद झाले. त्याने अशी काही नाकाची विचित्र हालचाल केली की, मला फक्कन हसूच आहे. विन्याने मग एक सणसणीत शिंक दिली. त्यानंतर लागोपाठ तो धडाधड शिंकला. तो शिंकला की मी हसायचो.

पाठीमागच्या बाकावरचा बावळट बाळ्या जोशी तोंडाचा 'आ' करून आमचे हे बोलणे ऐकत होता. त्याने उत्सुकतेने विचारले, ''काय दिसलं रे विन्या तुला?''

मी विन्याकडे बघून डोळे मिचकावले. मग माझ्याकडे बघत विन्या नाक पुशीत-पुशीत म्हणाला, ''झाडं, डोंगर नद्या... अन् बाग दिसली एक मोठ्ठीच्या मोठी. झाडावर खूप माकडं बसली होती. ती पण दिसली बाळ्या.''

''हॅट्!....''

''हॅट् काय! तू पण बघ ना एकदा नाकात घालून ही जादूची पावडर. फार-फार मजा दिसते. आई शपत!''

''घालू का तुझ्या पण नाकात?''

असे म्हणत मी एकदम एक चिमूट काढली अन् भस्सदिशी बाळ्याच्या नाकात कोंबली. बाळ्याच्या नाकाची भोकं मोठी आहेत. त्यामुळे तपकीर सगळीच्या सगळी आत गेली. मग बाळ्याचेही तोंड लालबुंद झाले. त्याने नाकाची वर-खाली अशी विचित्र हालचाल केली की, त्याच्या नाकातला पातळ प्रकार एकदम नाकाबाहेर आला. त्यापाठोपाठ त्याने सटासट शिंका तर दिल्याच, पण नंतर त्याने एकदम मोठ्यांदा गळाच काढला.

त्याबरोबर वर्गातली बरीच पोरं त्याच्या भोवती जमली. काय झालं?... काय झालं?... म्हणून विचारू लागली. मग काय, तो जास्तीच रडायला लागला.

मग मी थांबलोच नाही. तपकिरीची चिमूट काढून दिसेल त्याच्या नाकात धडाधड कोंबली.

सगळ्यांची एकच पळापळ झाली. कुणी नाक वेडेवाकडे करीत धूम पळाले. कुणी दणादण शिंका दिल्या. काहीकाहींची तोंड लालबुंद झाली. काहींनी तर रडायलाच सुरुवात केली. एकदा धाडकन शिंकायचे अन् एकदा मुळुमुळु रडायचे. नाही म्हणायला आडदांड गुंड्या बोडके तेवढा माझ्या अंगावर धावून आला. मी आणि विन्या दोघांनी मिळून त्याला खाली आपटला. विन्याने त्याचे दोन्ही हात धरले आणि मी मग त्याच्याही नाकपुडीत एक चिमट भस्सदिशी कोंबली. त्याबरोबर पाय धरलेले डुक्कर जसे केकाटते ना, तसा तो ओरडला. मग त्यानेही धडाधड शिंका दिल्या. वर्गात सगळाच हाहाकार झाला. जिकडे-तिकडे शिंका... शिंका आणि चिक्कार रडारड. फार मजा झाली.

या गडबडीत घंटा होऊन तास केव्हा सुरू झाला, हे कळलेच नाही. नव्या बाई वर्गात आल्यावरच तास सुरू झाला म्हणून कळले.

बाई वर्गात आल्या पण कोणी उठून उभे राहिले नाही. सगळे सारखे शिंकत तरी होते किंवा रडत तरी होते. काहीकाहींच्या डोळ्यांतून घळाघळा पाणी बाहेर सांडत होते. मी आणि विन्या अगदी गप्प होतो.

हा प्रकार बघून नव्या बाई तर एकदम घाबरूनच गेल्या. हातातले पुस्तक अन् पर्स त्यांनी कसेबसे टेबलावर ठेवले. बावचळल्या मुद्रेने त्या वर्गाकडे नुसत्या

बघतच उभ्या राहिल्या. शेवटी त्यांनी कसेबसे तोंड उघडले आणि विचारले, "अरे, काय झालं तुम्हाला रडायला?

"बाई, अहो म्हंज़े काय झालं...."

असे म्हणून दोघे-तिघे एकदम उभे राहिले. पण काही बोलायच्या आतच त्यांना छ्यां: करून पुन्हा शिंका दिल्या. काही जणांनी पुन्हा गळे काढले.

बाई आणखीनच घाबरून गेलेल्या दिसल्या. तरी पण थोडा धीर धरून त्यांनी चाचरतच चौकशी केली, "अरे, काय झालं काय? सगळे का एकदम रडायला लागलेत?"

मग मीच उठून उभा राहिलो. "म्हंजे काय झालं बरं का, आज तुम्ही पहिल्यांदाच शिकवायला येणार होता ना..." त्याबरोबर बाईंचे तोंड कसनुसे झाले.

"म्हणून तुम्ही रडायला लागलात?" असे म्हणून त्या एकदम गोऱ्यामोऱ्या झाल्या.

मग मात्र मागच्या बाकावरचा बाळ्या जोशी धडपडत, डोळे पुशीत उभा राहिला.

"तसं नाही बाई...."

"मग?"

"हा बंड्या आहे ना बाई, त्याने तपकीर आणलीय वर्गात."

"तपकीर?" बाईंनी डोळे विस्फारले.

"बरं मग?"

"त्याने सगळ्यांच्या नाकात तपकीर कोंबली. आम्ही नको-नको म्हणत होतो ना, तरीसुद्धा."

"नाकात कोंबली? म्हणजे जबरदस्तीने?"

आता गुंड्या उभा राहिला. गुरगुरतच बोलला, "हो बाई, हा बंड्या नेहमीच असलं काहीतरी करतो."

"असं?"

"हो बाई, मागं याने एकदा एक मोठा बेडूक आणला होता, वर्गात. तो या तुमच्या खुर्चीवरसुद्धा बसला होता –

"कोण? बंड्या का बेडूक?"

"बेडूक बाई"

"अगं आई!"....

बाईंच्या तोंडातून एकदम एक लहानशी किंकाळीच बाहेर पडली. त्यांनी घाबरून इकडे-तिकडे पाहिले.

"कुठाय बंड्या? उभा राहा बघू."

बाईंनी घाबरट मुद्रेनेच इकडे-तिकडे पाहिले. मग मी उठून उभा राहिलो.

“तू – तू – तपकीर कोंबलीस सगळ्यांच्या नाकात?”

“कोंबली नाही बाई.”

मी अगदी नम्रपणे खुलासा केला. “मी ओढली ना, तर सगळे जण म्हणायला लागले, ‘आम्हाला पण बघू गंमत’ म्हणून मी सगळ्यांच्या नाकात थोडीथोडी घातली, अगदी थोडी.”

त्याचबरोबर वर्गात पुन्हा एकदा गोंधळ झाला. ‘बाई, बंड्या खोटं बोलतोय... त्याने अन् या विन्यानेच आम्हाला धरून एकदम आमच्या नाकात तपकीर कोंबली – असे सांगत दोघे-चौघे पुन्हा उठले. पण सांगता-सांगता त्यांनी सगळ्यांनी नाकं पुसत-पुसत पुन्हा धडाधड शिंका दिल्या. ‘बाई, माझ्या नाकात कसंतरी होतंय–” असे सांगत एक जण पुन्हा रडायला लागला.

बाई मग फारच गोंधळून गेल्या. काय करावं त्यांना समजेना. त्यांच्या समोरच्या बाकावरचे दोघे जण तेवढ्यात एवढ्या जोरात शिंकले म्हणता की, त्यांच्या नाकातले सुवासिक तुषार बाईंच्या तोंडावर उडाले आणि बाईंचाही चेहरा लालबुंद झाला. त्यांनी घाईघाईने पर्समधून छोटा रुमाल काढून आपले नाक पुन्हा-पुन्हा पुसले.

कसेबसे स्वत:ला सावरून त्या मला म्हणाल्या, “कुठाय ती तपकिरीची डबी? आण पाहू इकडं!”

“संपली बाई त्यातली आता. नुसती रिकामी डबी आहे.”

मी ठामपणे हे सांगितल्यावर वर्गात पुन्हा एकदा शिंकत-शिंकत आरडाओरडा झाला. त्यांच्या बोलण्यावरून बाईंना एवढेच समजले की, मी खोटं बोलतो आहे, डबीत अजून पुष्कळ तपकीर आहे.

घसा खाकरत त्या मोठ्यांदा बोलण्याचा प्रयत्न करीत म्हणाल्या, “असू दे रिकामी डबी. दाखव बघू मला. चल ये, इकडं आण.”

बाईंनी हात पुढे केला. आता पंचाईत आली. कारण डबी चांगलीच मोठी होती आणि ती अजून निम्मी भरलेली होती.

मी मख्खपणे तसाच उभा राहिलो. आता प्रसंग कठीण आहे, हे लक्षात आले. मग बाईच तरातरा पुढे चालत माझ्या बाकाजवळ आल्या, तरी मी काहीच हालचाल केली नाही. दोन्ही हात पाठीमागे बांधून तसाच उभा राहिलो.

बाईंना मग काय वाटले कुणास ठाऊक. त्या जवळपासच्या मुलांना म्हणाल्या, “काढा रे, त्याच्या चड्डीच्या खिशातली डबी. बघू दे मला.”

मग काय विचारता! आमच्या वर्गातली पोरं एकापेक्षा एक दुष्ट आणि वाईट आहेत. बाईंनी सांगितले म्हणून काय झाले! गप्प बसावे की नाही? पण नाही. माझी फजितीच बघायची होती ना त्यांना. पाच-सात जण एकदम उठले आणि माझ्या अंगावर धावून आले. झोंबाझोंबी सुरू झाली. मुद्देमाल सांभाळण्यासाठी मी चड्डीच्या

खिशावर घट्ट हात ठेवूनच उभा राहिलो. एक-दोघांना दिले ढकलून. एक-दोघांना चापट्या मारल्या. त्या गडबडीत कुणाची तरी टाळकी एकमेकांवर जोरात आदळली आणि ते दोघेही मोठ्यांदा आई गं...'' करून ओरडले, पुन्हा रडारड झाली.

बाई जास्तच घाबरत म्हणाल्या, ''अरे हळूहळू! आरडाओरड करू नका अन् मारामारी पण करू नका.''

तेवढ्यात गुंड्याने माझा चड्डीवरचा हात ओढून काढला. मग दुसऱ्याने खिशात हात घालून ती मोठी डबी बाहेर काढली आणि बाईंसमोर धरली. मग मी काय म्हणून गप्प बसू? पुन्हा हिसकाहिसकी केली आणि डबी काढणाऱ्याला एक दणका ठेवून दिला. त्याबरोबर त्याच्या हातातली ती डबी उंच उडाली. तिचे टोपण एक बाजूला उडून पडले आणि डबीतली राहिलेली सगळी तपकीर एकदम बाहेर आली. हवेत जिकडे-तिकडे झाली. पुन्हा काही जणांच्या नाकात गेली. बाईंच्याही तोंडावर उडाली. त्यांच्या डोळ्यांत बहुतेक गेली असावी. कारण त्या एकदम किंचाळल्या. त्यांच्या नाकातही गेली असेल. कारण जवळपासच्या मुलांबरोबरच त्यांचेही तोंड लालबुंद झाले. नाकही वर-खाली झाले आणि त्याही सटासट शिंकल्या. शिवाय त्यांच्या डोळ्यांतून घळाघळा पाणी वहायला लागले.

जवळपासची मुलंही पुन्हा धडाधड शिंकली. एकच गदारोळ झाला. काही जणांनी पुन्हा गळा काढला.

एवढ्यात हेडसरच वर्गात आले. त्यांनी इकडे-तिकडे पाहिले. परिस्थितीचा अंदाज घेतला.

मग रागावलेल्या मुद्रेने बाईंना म्हणाले, ''अहो, अगदी कमाल केलीत तुम्ही मिस टोणपे! साधा एक वर्ग सांभाळता येत नाही तुम्हांला! माझ्या ऑफिसपर्यंत आरडाओरडा ऐकू येतो. वर्गावर कंट्रोल ठेवता येत नसेल, तर शिकवणार काय तुम्ही कपाळ!''

मग मात्र बाई खरेच रडायला लागल्या. इतक्या की, मलाच कसेतरी झाले. निदान त्यांच्या नाकात तरी तपकीर जायला नको होती, असे वाटले.

जरा सौम्य स्वरात हेडसरांनी त्यांना विचारले, ''काय, झालं काय?'' बाई हुंदके देत म्हणाल्या, तपकीर... माझ्या नाकात.''

''तुम्ही तपकीर ओढता? कमाल झाली!'' हेडसरांनी डोळे विस्फारले.

बाई कशाबशा बोलल्या, मी नाही हो... हा बंड्या....''

''कोण बंड्या कुलकर्णी का? छान! सगळ्या शाळेला हे रत्न माहीत आहे. ''बंड्या उभा रहा रे...!''

हेडसरांनी मला दटावले. ''आज काय उपद्व्याप केलास बाबा...!''

मी पुन्हा उभा राहिलो. मग आमच्याकडे हिंस्र नजरेने बघत दरडावणीच्या सुरात

हेडसर म्हणाले, ''अभ्यासाचं पुस्तक काढा अन् वाचीत बसा मुकाट्याने. एक आवाज बाहेर आला तर सगळ्यांना चोपून काढीन. बाई, तुम्ही माझ्याबरोबर ऑफिसमध्ये चला.''

हेडसर गेले. पाठोपाठ तोंड एवढेसे करून मुसमुसत बाई पण गेल्या.

मग मात्र वर्ग एकदम शांत झाला. सगळ्यांनी मुकाट्याने दप्तरातून पुस्तक बाहेर काढले आणि मनातल्या मनात वाचायला सुरुवात केली.

मी पण बऱ्याच दिवसांनी अभ्यासाचे पुस्तक दप्तरातून बाहेर काढले. न कापलेली पाने हातानेच कापून वाचायला सुरुवात केली

रात्री जेवण झाले की, मी जांभया देतो आणि पांघरूण घेऊन झोपेचे सोंग करून अंथरुणावर पडून राहतो. जागा राहिलो तर आई अभ्यास करायला लावते. म्हणून मी ताबडतोब अंथरुणावर अंग टाकतो.

त्या दिवशी रात्री मी असाच डोळे मिटून पडून राहिलो. पण चांगला जागा होतो. बाबा आणि आई जेवत होते. बाबांनी मध्येच माझे नाव घेतल्यासारखे वाटले म्हणून मी एकदम कान टवकारले.

बाबा म्हणत होते, ''अगं, तू नेहमी बंड्याबद्दल तक्रार करत असतेस ना, फार वाह्यात कार्टं आहे म्हणून.''

आई ठसक्यात म्हणाली, ''आहेच कार्टं उपद्रवी. काय होणार आहे पुढं त्याचं, मला तरी काही कळत नाही.''

''अगं त्याचे हेडमास्तर भेटले आज मला वाटेत. बंड्याची स्तुती करीत होते.''

''बंड्याबद्दल चांगलं बोलत होते? मला नाही खरं वाटत.''

आईने इथं कसा चेहरा केला असेल, हे मी डोळे मिटल्या मिटल्याही ओळखले. आमटीचा भुरका मारून बाबा म्हणाले, ''अगं खरंच सांगतोय मी.''

''काय म्हणत होते ते?''

''म्हणाले, जरा उपद्व्यापी आहे पण तसा हुशार आहे, तुमचा बंड्या! चांगला चमकेल पुढं. राजकारणातसुद्धा पुढे येईल. या बाईंची नेमणूक करायला माझा तसा विरोधच होता. पण वशिल्याचे तट्टू ना! चेअरमन साहेबाची पुतणी. मुकाट्याने नेमणूक करावी लागली.''

''मग काय झालं?''

''काय होणार! आजचा वर्गातला गोंधळ पाहून बाई फारच घाबरून गेली, 'मला नाही शाळेत शिकवायला जमायचं...' म्हणून तिने तडकाफडकी राजीनामाच देऊन टाकला. झकास झालं!

■

अकरा

निरोप

भोकरवाडी हे गाव फारच अद्भुत ठिकाणी वसलेले होते. मोठ्या सडकेवरनं आत चार कोस वाट तुडवली म्हणजे हे गाव लागत असे; पण ही चार कोसांची वाट फारच नामांकित होती. तिचे मुख्य वैशिष्ट्य हे होतं की, ती माणसाच्या साध्या डोळ्यांना अजिबात दिसत नसे. सरस्वती नदीच्या गुप्त प्रवाहाप्रमाणे हा रस्ताही गुप्त होता. सुरुवातीला तो ओढ्यानाल्याच्या सुकलेल्या प्रवाहाच्या रूपाने प्रकट होई. नंतर ही वाट एकदम जी भूमिगत होई, ती बराच काळ कोठेच दिसत नसे. अशा वेळी ती जमिनीवरील उभ्या पिकाखालून गेलेली असे. तिचा नंतरचा काही भाग केवळ काट्याकुट्यांचा होता. तोही ओलांडला म्हणजे मग अनेक लोकांचे मळेखळे, ताली, बांध अशी वळणे घेत-घेत, अखेरीस ती गावच्या शिवेला घेऊन दाखल होई. नशीब, या सबंध वाटेवर कुठे झाडेझुडपे नव्हती. नाहीतर मधेच, थोडीशी वाट झाडांच्या शेंड्यांवरूनही गेलेली आहे, असे नक्कीच कुणीतरी पटवून दिले असते.

या सगळ्या गोष्टींमुळे नव्या माणसाला भोकरवाडीची वाट चुकूनही सापडत नसे किंवा सापडलीच तर मग ते गाव भोकरवाडी नसे. जांभूळवाडी किंवा बाभूळगाव असे. ही एरवीच्या दिवसांत दिवसाढवळ्या होणारी गोष्ट. मग पाऊसकाळ आला म्हणजे या गावाचा भूगोल किती उलथापालथा होत असेल, याचा नक्कीच अंदाज सांगणे कठीण. पावसाळ्यात भोकरवाडीचे बाहेरच्या जगाशी असलेले दळणवळण पार तुटून जाई. कारण वाट म्हणून ओळखला जाणारा सर्व भूभाग पाणी, चिखल, राड, लव्हाळी यात बुडून गेलेला असे. या काळात परगावी जायची दगदग सहसा कुणी घेत नसे. आता अगदीच नाइलाज झाला, तितकेच महत्त्वाचे काम निघाले, तर गोष्ट वेगळी.

आज गावच्या इनामदाराचेही असेच महत्त्वाचे

काम निघाले होते.

इनामदाराच्या दोन बायका मागेच मेल्या होत्या आणि तिसऱ्या बायकोचे सहावे बाळंतपण आता अगदी जवळ येऊन ठेपले होते. आज सकाळपासून तिचे पोट सारखे दुखत होते. वरचेवर वेणा येत होत्या. त्या धड कमी होत नव्हत्या किंवा धड त्यातून सुटकाही होत नव्हती. सकाळपासून ती सारखी विव्हळत होती. जमिनीवर लोळण घेत होती. घरातल्या आया-बाया काही ना काही उपचार करीत होत्या.

तात्या इनामदार उघड्याबंब अंगाने बाहेर बैठकीत बसला होता. पुढे आलेल्या पोटावरनं मधूनमधून तो मोठ्या मायेने हात फिरवीत होता. छातीवरच्या दाट केसांना हाताने पिळे घालीत होता. आता काय करावे, याचा विचार करीत होता.

अंधार व्हायला आला होता. काळ्याकुट्ट ढगांनी आभाळ भरून-भरून येत होतं. त्यामुळे संध्याकाळ रात्रीसारखीच वाटत होती. मधूनमधून पावसाच्या लहानशा सरी येत होत्या. सबंध भोकरवाडी गाव आपापल्या खुराड्यात कोंबडीसारखे गप्प बसून होते. कुठेही, कसलीही हालचाल नव्हती. सगळीकडे कसे गडीगुप्प होते आणि तात्या इनामदार डोके खाजवीत विचार करीत होता.

तात्याला एकदम कशाची लहर येईल, याचा नेम नसे. आताही त्याला एकदमच एक लहर आली. विचार पक्का झाला आणि त्याने एकाएकी गड्याला हाक मारली, "महाद्या –"

या हाकेचे काही उत्तर आले नाही.

जरा आवाज चढवून पुन्हा तात्याने हाक मारली, "ए महाद्या भडव्या –"

त्याबरोबर पटका काखेत धरून दिंडीदरवाजापाशी आरामशीर चिलीम ओढीत बसलेला महादा दचकून उठला. चिलीम तिथेच कोपऱ्यात उभी करून तोंडातला धूर त्याने भक्कन हवेत सोडून दिला. लगबगीने आत येऊन त्याने विचारले, "म – मला हाका मारल्या जनू?"

"मग काय माझ्या बाला हाका मारल्या काय म्या?"

"न्हायी, न्हायी. मलाच." असे म्हणून नम्रपणे डोकं खाली वाकवून महादा उभा राहिला. एक शब्द न बोलता, हाताने डोक्याचा वरचा भाग खाजवीत उभा राहिला.

"हे बघ, तालुक्याच्या गावाला जा. आन झक्कपैकी एक बाई-डॉक्टर घेऊन ये."

"आत्ताच्या आत्ता?"

इनामदार खेकसून म्हणाला, "मग काय महिनाभरानं जायचं म्हणतोस काय? मूर्ख माणसा."

"तसं न्हवं. ह्यो निगालोच बगा."

"हां. त्यांना म्हणावं, असाल तशा चला. काय?"

“आसाल तशा चला –”

“हां, ताबडतोब निघा म्हणून, सांगायचं. जमलं तर घेऊनच यायचं बरोबर.”

“व्हय.”

एवढं बोलून महादा मालकाच्या बोलण्याला माना हालवीत-हालवीत गडबडीने पटका बांधू लागला; पण सारखी मान हालवीत राहिल्यामुळे बराच वेळ त्याला पटका आणि डोके यांचा जवळचा संबंध जोडणे अशक्य झाले. अखेरीला मालकाचे बोलणे संपले, त्याची मान हालायची थांबली, तेव्हा पटका बांधून तो हलला. भराभरा दाराकडे गेला.

जाताना पुन्हा इनामदाराने बजावले, “हे बघ, पैशासाठी कुरकुर करायला लागली तर म्हणावं, काळजी करायचं कारण नाही. तू म्हणशील ते देऊ.”

“मी काय म्हननार?”

“लेका तू नव्हं, ती बाई म्हणंल ते देऊ.”

“हां, हां.”

दरवाजाजवळ जाऊन महादाने चिलीम उचलली. झुरका घेत-घेत तो रस्त्याने निघाला. मोठ्या नाराजीने निघाला. या अशा चमत्कारिक वेळी तालुक्याच्या गावी जायचे त्याच्या अगदी जिवावर आले. या पावसाळी हवेत अंगावर कांबरूण घेऊन गरमागरम झुरके घेत बसायचे का, दहा-पाच मैल तंगड्या तुडवीत अंधाऱ्या वाटेने जायचे? ‘जा तालुक्याच्या गावाला’ असं नुसतं म्हणायला या इनामदाराच्या बापाचे काय जाते? या अंधारात असल्या रस्त्याने चालत जायचे म्हणजे काय चेष्टा आहे? कुठं गाळात चुकून रुतून पडलो, तर नदीत टाकायलासुद्धा हाड नाही मिळायचे. या इनामदाराच्या बायकोला तर उद्योगच नाही. आता या भलत्या वेळी पोट दुखायचे काही नडले होते का?... ते काही नाही. वाटेवर घर आहेच आपले. तिथे जरा टेकावे. घटकाभर बसून, जेवून-खाऊनच हळूहळू निघावे.

महादाच्या मनात असे सोयीस्कर विचार सारखे येऊ लागले. त्या नादात तो घरी येऊन टेकला. निवांत बसून चिलीम ओढू लागला.

महादाची तरणीताठी बायको बोलायला फार फर्डी होती. म्हणून महादा तिला ‘बालिस्टर’ म्हणत असे. चिलीमबिलीम ओढून झाल्यावर तो आपल्या बायकोला लाडेलाडे म्हणाला, “बालिस्टर, बग की गं, ह्यो इनामदार कसा लागलाय माज्या पाठीमागं!”

हाताचा मुटका गालाला टेकवून बालिस्टर म्हणाली, “का, काय झालं?”

“आगं, इनामदाराच्या बायकूचं लागलंय प्वाट दुखायला.”

“दुखू दे. दर साल तिचं पोट दुखतं. त्यात काय नवीन न्हायी आता.”

“व्हय की. खरं हाय.”

"अयो, दर भाद्रेपदात इनामदाराची बायकू बाळंतीण हुती. मला हाये ठावं. फुडं बोला."

तक्रारीच्या सुरात महादा म्हणाला, "आगं, तिचं सक्काळपासनं प्वाट दुखतंय. मी म्हनलं दुखंना का. दुखलं तर त्या माऊलीचं दुकतं –"

"मग?"

"आता इनामदार म्हनतोय की, आत्ताच्या आत्ता जा तालुक्याला आन् डागदारच्या बायकूला घेऊन ये!"

महादाची बायकू डोळे विस्फारून ओरडली, "या बया! ह्या वक्ताला?"

"मंग सांगतोय काय! 'जमलं तर या लगी,' आसा निरोप करायचाय तिला. पैका लागंल तेवडा सोडीन म्हंगाला."

"पेटला तो पैसा! इतक्या रातच्याला मी न्हायी जाऊ द्यायची तुमास्नी. आमास्नी काय पोरंबाळं हूं देता का न्हायी दोडांनो?"

"आता बग म्हंजे झालं! पन नोकरी हाये ना. कसं करतीस?"

बालिस्टरचे नाक बरेच नकटे होते. पण त्यातल्या त्यात ते मुरडून ती डाफरली, "मातीत बशिवली ती नोकरी! कुठल्या कुटं जायाचं म्हंजी काय?"

बायल्या महादा मान हालवून तिच्याजवळ सरकून बसत म्हणाला, "तर काय गं."

"अजाबात न्हायी हालायचं, सांगून ठिवते."

"मी काय तुझ्या मर्जीभायेर हाये का? आँ? पन –"

"त्यातनं तुमची तब्ब्यत न्हायी बरी. खोकताय न्हवं का सारकं?"

चिलमीचा पुन्हा दम भरून धूर सोडीत महादा उत्साहाने म्हणाला, "व्हय गं व्हय. तब्ब्यत बरी न्हायी, हे इसरलोच हुतो मी."

त्या दोघा प्रेमळ नवराबायकोचा अशा रीतीने बराच वेळ संवाद झाला आणि आपण न जाणेच योग्य ही गोष्ट महादाला शंभर टक्के पटली. हां, एक गोष्ट खरी होती. इनामदाराचा निरोप कुठून तरी तालुक्याच्या गावाला जाऊन धडकणे आवश्यक होते. पण त्यासाठी महादानेच गेले पाहिजे, असे थोडेच होते? या कामाला काय कुणीही गेले तरी चालण्यासारखे होते. उदाहरणार्थ, महादाचा मेव्हणा रंगा जरी गेला तरी बिघडणार नव्हते. रंगा सध्या महादाकडेच येऊन राहिला होता. त्याच्याच जिवावर भाकरतुकडा खात होता आणि दिवसभर गावात गटाळ्या घालीत हिंडत होता. त्याला काम सांगितले, तर नाही म्हणायची त्याची टाप नाही. या कामाला त्यालाच पाठवावे. अगदी योग्य.

बालिस्टरने सुचविलेली ही युक्ती महादाला एकदम पसंत पडली. बायकोच्या बुद्धिमत्तेविषयी त्याला असलेला आदर वाढला आणि मग तो घरात गप्प बसून

राहिला. त्या गारव्यात अंगावर पांघरूण घेऊन बायकोच्या मांडीवर डोके ठेवून बराच वेळ लाडेलाडे गप्पा मारीत बसला. जेवणखाण करून मेव्हण्याची वाट पाहत थांबला.

पण मेव्हणा त्या दिवशी रात्री लवकर घरी आलाच नाही.

चांगली मध्यरात्र उलटून गेली. फार उशीर झाला आणि मग चोरट्यासारखा रंगा घरात आला. दोन-पाच ठिकाणी गप्पा मारून, पत्ते खेळून आणि बरीच उंडगेगिरी करून आला. घरात शिरून अंधारातच पांघरूण हुडकू लागला.

ह्या वेळपर्यंत महादाला झोप लागली होती. घुर्रऽऽ घुर्रऽ करून तो जोरात घोरत होता. मधूनमधून त्याच्या तोंडातून बुडबुडाही बाहेर येत होता.

पण बायको जागी राहिली होती. बसल्या-बसल्या पेंगत ती रंगाची वाट पाहतच थांबली होती.

रंगा आत शिरल्याबरोबर ती म्हणाली, "रंगा, झोपू नगासा बरं का."

कपाळाला आठ्या घालून रंगा म्हणाला, "का वो?"

"ह्यांचं काम करायचं हाय एक. तालुक्याच्या गावाला निरूप पोचता करायचा हाय एक."

रंगा तोंड वाकडे करून उभा राहिला. आळसाने आणि जागरणाने त्याचे डोळे लाल झाले होते. अंग ताठले होते. झोपही येत होती. पण मेव्हण्याच्या बायकोपुढे का-कूं करायची त्याची छाती नव्हती. मोठ्ठी जांभई देऊन उभ्या-उभ्या डोळे मिटत त्याने विचारले, "कसला निरूप हाय?"

खरं म्हणजे निरोप महादा समक्षच सांगणार होता. पण आता तो गाढ झोपला होता. एवढ्या-तेवढ्या कारणासाठी त्याला उठविणे बायकोला योग्य वाटले नाही. मनाशी आठवून-आठवून ती म्हणाली, "तालुक्याच्या गावाला डागदर आनि बाई हाये एक. त्यांना बोलावून आणायचं."

"हं."

"म्हणावं, इनामदारानं बोलिवलंय. सवड आसली तर या म्हनायचं लवकर."

"बरं."

"पैका लागंल तितका देऊ. खांदाडीभर म्हनली तर खांदाडीभर देऊ. पन येन्यात काय हयगय करू नगा. एवडा निरूप सांगा बरं का!"

"व्हय, व्हय. खांदाडीभर बाया द्या म्हणतो की. सांगतो समदं."

"जावा मग. आटपा आशीक."

हे शब्द बोलता बोलताच महादाच्या बायकोला मोठी जांभई आली आणि ती आडवी झाली. 'हा निघालोच' हे रंगाचे शब्द तिला ऐकूच आले नाहीत. त्याच्या आतच तिला झोप लागली.

रंगाने मग जास्त गडबड केली नाही. मुकाट्याने त्याने अंथरूण उचलले आणि

मारुतीच्या देवळाच्या कट्ट्यावर ऐसपैस पसरले. नेहमीप्रमाणे पालथा पडून तो झोपला. विचार करीत पडला. मेव्हण्याच्या बायकोने ज्या सुरात निरोप सांगितला होता, त्यावरून हे काम काही विशेष महत्त्वाचे दिसत नव्हते. इनामदाराचा कसलातरी निरोप होता आणि तो तालुक्याला द्यायचा होता आणि निरोप तरी काय होता? कुठल्याशा बाईला 'चला, बोलावलं आहे,' एवढंच तर सांगायचे. ही कुठली बाई बुवा? बहुधा इनामदारांची नातेवाईक असावी. काकी नाहीतर मामी असेल. दुसरं कोण असणार? समजंल तिथं गेलं म्हणजे... पण मग हा निरोप द्यायला आताच गेले पाहिजे असे थोडेच होते? सांगणारा माणूस काय नेहमीच गडबड करून सांगत असतो. पण ऐकणाराने ते सवडीनेच करायला नको का? शिवाय घटकेने काही प्रहर होत नाही. आत्ता जायचे ते पहाटे जावे इतकेच. म्हणजे झोपही चांगली होईल. चालायलाही हुरूप येईल.

इतका सगळा विचार करीत-करीत रंगाला झोप लागली. अशी गडद झोप लागली की, उजाडायलाच तो जागा झाला. निरोपाची आठवण झाली, तसा तो ताडकन उठला. अंथरूण गुंडाळून, चहाबिहा न मारताच गडबडीने गावाबाहेर पडला. डोळे चोळत-चोळत वाटेला लागला.

रंगाचे संपूर्ण डोळे उघडले, तेव्हा तो एक मैलभर चालत आला होता. पण दरम्यान वाटेत दोन-पाच ठिकाणी काटे मोडले होते आणि त्याची गती कमी झाली होती. लंगडत-लंगडत, वाटेतला चिखल, राड या गोष्टींना तोंड देत-देत तो तालुक्याच्या अलीकडच्या गावापाशी येऊन पोहोचला, तेव्हा त्याच्या अंगावर इतका चिखल उडालेला होता की, त्यात त्याचे कपडे दिसेनासे झाले होते. पायातल्या वहाणा कुठेतरी बेपत्ता झाल्या होत्या आणि सगळे अंग दुखत होते.

जांभूळवाडीला तो पोहोचला तेव्हा सकाळचे दहा वाजले असावेत. तालुक्याचे गाव तीन कोसांवर राहिले होते. आभाळही अगदी आरशासारखे स्वच्छ झाले होते आणि उबदार उन्हे सगळीकडे पसरली होती. या उन्हात बसून अंग शेकत-शेकत चहा प्यावा, निदान बिडी ओढावी, गप्पा हाणाव्या असे त्याला फार-फार वाटत होते.

रंगाला जे मनातून वाटत होते, तेच अगदी जांभूळवाडीच्या बऱ्याचशा लोकांनाही वाटत असावे. कारण गावाबाहेर मोडक्या-तोडक्या कट्ट्यावर, दगडाधोंड्यावर बसून ऊन खात-खात गप्पा मारायचा कार्यक्रम अगदी रंगात आला होता.

रंगाला लांबनं पाहिल्यावर कुणीतरी म्हणाले, "त्यो कोन चाललाय रं?"

"कुटाय?"

"त्यो बग की. त्यो निव्वळ काळा मारुती दिसतोय."

शिवा चव्हाणाने कट्ट्यावरून बूड उचलून पाहिले. नीटसे दिसले नाही. म्हणून डोळ्यांची चिपडे काढून पाहिले. तोपर्यंत रंगा जवळ आला होता. पुन्हा नीटनेटके

बसून शिवाने ओरडून विचारले, "का रं रंगा मर्दा, हिकडं कुनीकडे?"

रंगा रस्त्यावरच उभा राहून म्हणाला, "जरा तालुक्याच्या गावाला जातो."

"का बरं?"

"एक अर्जेंट काम हाये जरा."

"अगदी बसाया टाइम न्हायी इक्तं अर्जेंट हाय का?"

रंगाने मनाशी आठवून-आठवून विचार केला.

"इक्तं काय न्हायी म्हना. पण गेल्यालं बरं."

"मग ये बस. बिडीबिडी वड आन् मग जा!"

हे बोलणे रंगाला पटले. एकतर कुठेतरी तोंडबिंड धुऊन, हातपाय खंगाळून घटकाभर बसावे, असे त्याला वाटतच होते. मऊमऊ ऊन अंगावर घ्यावे, एखादी बिडी ओढावी, चार इकडच्या-तिकडच्या गोष्टी कराव्यात, हे त्याने ठरविलेच होते. पण याशिवाय आणखीही एक कारण होते. महादाच्या बायकोने रात्री निरोप सांगितला, त्या वेळी त्याला पेंग आली होती. तिचे शब्द नीटसे लक्षात राहिले नव्हते. तालुक्याच्या गावाला इनामदाराची बाई कोण? काकी की मावशी? न जाणो, एखाद्या वेळी मामीही असायची. जी कुणी असेल ती असेल. पण आपण कुठे नेमके जायचे? उठायला उशीर झाला म्हणून न विचारता आपण तसेच आलो. पण इथे आता कुणाला तरी विचारले पाहिजे. इनामदाराच्या नात्यातले कोण आहे बरे तालुक्याला?

कट्ट्यावर बसून रंगाने हातापायांना घटकाभर आराम दिला. मग पलीकडच्या ओढ्यावर जाऊन हातपाय, तोंड धुऊन परत तो कट्ट्याला टेकला. बोटाने चुटकी वाजवीत म्हणाला, "काड, बिडी काड. लई काकडलंय आंग."

शिवाने बिडी दिल्यावर त्याने ती पेटवली. धूर गपागपा छातीत घेतल्यावर जरा बरे वाटले. फारच मोकळे-मोकळे वाटले. अंगात मुरलेला गारठा एकदम खलास झाला. इनामदाराचा निरोप काय आजच्या दिवसात केव्हाही पोहोचता केला, तरी चालेल असे त्याला वाटू लागले.

धूर आभाळाकडे सोडीत त्याने विचारले, "इनामदाराचं कोन पावणं हायेती रं तालुक्याला?"

बिडी तोंडातून काढून शिवाने विचारले, "कोन तात्या इनामदार म्हणतोस काय?"

"व्हय."

"त्यो तमाशाबाज इनामदार?"

"त्योच."

"त्याचं कुनी न्हायी तालुक्याला."

हे ऐकल्यावर रंगाला एकदम विचार पडला. त्याचा चेहरा चिंताक्रांत झाला. आता निरोप कुणाला पोहोचता करायचा? इनामदाराने सांगितलेली ही बाई कोण?

शिवा म्हणाला, "का रं, पण इचारतोस कशापायी?"

"त्याचंच आर्जेंट काम हाये निरोपाचं. कुटली एक बाई हाये. तिच्याकडे जायचं आन् सांगायचंय की, तुला सवड आसली तर बोलावलंय."

रंगाने सांगितलेली ही माहिती ऐकून शिवाने एकदम डोळे विस्फारले.

"आं? आरं तिच्या बायली इनामदाराच्या मी! आजून खेळ सुरू हायेच का त्येचा?"

इथपर्यंत बोलणे आल्यावर कट्ट्यावर बसलेल्या सर्वच मंडळींना त्यात गोडी वाटू लागली. भुईचा आधार न सोडता शिवाच्या बाजूला सरकत एक जण म्हणाला, "कसला खेळ?"

"वा! तुमाला म्हाईतच नायी का? ह्या इनामदारानं मागं लई बाया नाचविल्या हुत्या."

"आसं?"

"तर! लई चावनटपना केला हुता."

"काय आमाला सांगा तर खरं."

बिडीचे झुरके मारून-मारून शिवाने भरपूर दम घेतला. मग एका लाटात नाकातोंडातून धूर सोडून मंडळींकडे बघत तो थांबला. लोकांची उत्सुकता पुरेशी ताणली गेली आहे, हे पाहिल्यावर तो म्हणाला, "मागं तमाशातल्या एका बाईच्या नादाला लागलं होतं, हे इनामदार. सारखा तिच्या मागं-मागं. तिचा एक तमाशा चुकवायचा न्हायी गडी!"

"हं –"

"एकदा घरी नाचगान्याची बैठक केली. तवा कधी न्हवं तो गडी भांग पेला. मग काय? इठा सातारकरीन समजून त्येनं तबलेवाल्याचाच मुका घेतला."

"आं?"

"एकदा न्हवं दोनदा घेतला."

"दोनदा कशापायी?"

"एकदा चुकून घेतला. मग इठा म्हनली की, भले इनामदार. तुमी कडी केलीत. आता आणखी एकदा घ्या. तवा आनखी एकदा घेतला. आसं म्हनत्यात आं लोक. आपन काय परत्यक्ष बगितल्यालं न्हाई."

एवढे बोलून शिवा पोट धरधरून हसला. बाकीची माणसेही हसली. खूप वेळ हसत राहिली. मग शिवाने इनामदाराच्या रंगेलपणाच्या आणखी काही गोष्टी सांगितल्या. त्या ऐकल्यावर सगळ्यांची खातरी पटली की, तात्या इनामदार हा महा इस्कलबाज

माणूस असला पाहिजे.

शेवटी शिवा म्हणाला, "आता अलीकडं पाच-सात वर्सांत गडी चौअंगांनी खाली आला हुता. ह्यो नाद त्याचा सुटला होता. पण पुन्हा पान्याची लेव्हल वर चडल्याली दिसतीय."

"ती कशावरनं?"

"बाई तालुक्याहून आनायला पेशल रंगाला धाडून दिलंय न्हवं का. दुसरी कुठली बाई असनार?"

शिवाने ठामपणे असे सांगितल्यामुळे लोकांची खातरी पटली. बरोबर आहे, ज्या अर्थी इनामदाराने रंगाला निरोप देऊन पाठविले आहे, त्या अर्थी त्याचा हाच बेत असला पाहिजे. नाहीतर तालुक्याला जाऊन बाईल घेऊन ये, असे सांगण्याचे दुसरे कारण काय?

लोकांची अशी खातरी पटली तेव्हा सगळ्यांनी रंगाला विचारले, "कुठल्या बाईला निरोप सांगितलाय इनामदाराने?"

आता रंगाचीही खातरी पटलीच होती. त्याच्या डोक्यावरचे ओझे बरेच कमी झाले होते. तथापि रात्री महादाच्या बायकोने आपल्याला नेमका काय-काय निरोप सांगितला होता, तो आठवून पाहण्याचा त्याने पुन्हा एकदा प्रयत्न केला. पण ते जमत नाही, असे पाहिल्यावर त्याचा नाद सोडून देऊन तो म्हणाला, "दुसरी कुठली असनार? तमाशातलीच असायची. दुसरं काय?"

"पन कंची?"

शिवा मान हालवून म्हणाला, "आहा रे येड्यांनो, नाव-गाव बाईला लागत न्हायी. कुनीकडनं खेळ करनार आसली म्हंजी झालं. जी भेटंल तालुक्याला ती आनायची."

आपल्याला बाईचे नाव का आठवत नव्हते, याचा रंगाला आता उलगडा झाला. थुत् तिच्या! इनामदाराने कुठलीही बाई आणायला सांगितले होते म्हणायचे आणि आपल्याला इकडे उगीचच तिचे नाव आठवत नव्हते!

शिवा पुढे बोलला, "बरं, पन आनखीन काय-काय निरूप?"

मग रंगाला एकदम आठवण झाली, "त्यो म्हनलाय, पैक्याची काळजी करायचं कारन न्हाई. काय लागंल तिवडा पैका सोडतो, आसं एक आनखी सांगितल्यालं हाय बगा."

शिवाने डोळे मिटून पुन्हा विचार केला.

"म्हंजे समदा फुल ताफा बोलिवला आसनार?"

"मंग राव जायाला पायजे आपनबी?"

हे ऐकल्यावर जणू आपल्याच घरी कार्यक्रम ठरलेला आहे, अशा थाटात रंगा म्हणाला, "या की राव खुशाल. इनामदाराचा हाल मस्त बक्कळ दांडगा हाये. म्या झाडला हुता ना मागं. पाच-पन्नास गुरं मावत्याल एका टायमाला."

"मग काय हरकत न्हायी."

"आन् न्हायी मावली मानसं तर भायेरच्या अंगनात करायला लावू की कार्यक्रम आपन. व्हय!"

"ते एक बरंच हुईल."

"त्येची काळजीच करू नगा. बिनघोर या. आमचा मेव्हना हायेना तिथं चाकरीला. आत फर्मिशन द्यायचं काम माज्याकडं लागलं."

रंगाने तोंड भरून असे आश्वासन दिले, तेव्हा सगळी मंडळी खूश झाली. मग कुणी कसे यायचे, कुठे जमायचे या विषयावर गप्पांचा घोळ झाला. स्पेशल गाड्या करून भोकरवाडीला जायचे, पण असला उत्तम कार्यक्रम ऐकण्याची सोनसंधी दवडायची नाही, एवढे मात्र एकमताने ठरले.

आता सूर्य बराच वर आला होता. उघड्या अंगाला उने चांगली चपाचपा लागत होती. अंग तापत होते. उनात बसण्याची गंमत गेली होती. गप्पाही चघळून झाल्या होत्या. शिवाय जेवणवेळही झाली होती. म्हणून माणसे हळूहळू उठली. घरोघर पांगली.

शिवा कट्ट्यावरून उतरत आळसावलेल्या सुरात रंगाला म्हणाला, "मग रंगा, आता जेवूनच जा शेवट तालुक्याला."

"जेवण –"

असं म्हणून रंगा घोटाळला. जेवायची वेळ झाली होती, हे खरेच. ऊनही चांगले तावले होते. अशा वेळी जेवण करून घटकाभर पडूनच जावे हे बरे. संध्याकाळ झाली तरी तसे काही बिघडत नव्हते. नाहीतरी आता काय निरोपाची काळजी होती? निरोप अगदी लख्ख होता. सगळे नीट समजले होते. कुणीकडून तरी तो तालुक्याच्या गावी बाईला पोहोचता केला म्हणजे झाले. ते काम काय केव्हाही केले तरी चालण्यासारखे होते.

"बरं, तसं का हुईना शेवट. पन –"

"आता काय काडलास पन –?"

"जेवल्यावर माजं काम मर्दा बाद हुतं चार-दोन घंटे. जायला नगंच वाटंल मला."

"मग त्यात काय आवघड हाये? निरूप द्यायला तूच जायला पायजे आसं तर काय न्हायी ना?"

रंगाने मान हालवली.

"मग झालं तर. ऱ्हा आशिक. जेवणयेळ हाये ही. अन्नाला डावलू ने. जेवूबिवू,

मागनं रमी टाकू दाबमधी.''

''आं? आन् निरोपाचं रं मर्दा?''

''त्ये काय तिच्या मारी! ह्यो घिसाडी नेऊन पोचता करील. जायाचं हायेच त्येला तालुक्याला. काय रं भीमू?''

भीमू घिसाडी दाताला मिस्त्री लावायला म्हणून सकाळी कट्ट्यावर येऊन बसला होता, तो तसाच होता. गप्पा ऐकायच्या नादात त्याचे सकाळचे तोंड धुणे तसेच राहून गेले होते. शिवाने एकदम त्याला कौल लावल्यावर दचकून मुंडी हालवीत बोलला, ''हां-हां, मी जानारच हाये तालुक्याला. पन दोपारच्याला जानार हाये आं.''

''मग त्येला काय झालं? तेवढा सांगावा दे म्हंजे झालं.''

''व्हय, व्हय.''

भीमू घिसाड्याने निरोप पोहोचवायचे ठरले, तेव्हा रंगाचा जीव हलका झाला. नाहीतरी खाचखळग्यातून, काट्याकुट्यांतून आणि ओढ्यानाल्यातून चालून-चालून त्याला आधीच बुडबुडा आला होता. पुढे जायचा भयंकर कंटाळा आला होता; पण घिसाड्याने निरोप पोहोचवायची हमी दिली होती. आता काही प्रश्न नव्हता. कुठून तरी एक बाई इनामदाराच्या वाड्यात नाचायलाच पाठवून दिली, म्हणजे संपले आपले काम! ते काम आता होईलच. ते काही असे अवघड नव्हते की, त्यासाठी खुद्द रंगानेच जावे. भीमू घिसाडी गेला तरी चालण्यासारखे होते. येऊन जाऊन पैशाचाच प्रश्न, पण तो सुटला होता. त्या येणाऱ्या बाईला बक्कळ पैसा द्यायचे इनामदाराने कबूल केले होते. मग काय हरकत होती?

शिवा म्हणाला, ''भीमू, तुझा साडू हाये की रं तालुक्याला!''

''हाय की.''

''त्येला इचार म्हंजी झालं. त्यो गडी ह्यातला आगदी जंक्शन माणूस हाय.''

''इचारतो की.''

भीमूला अशा रीतीने बजावून सांगितल्यावर दोघेही हलले. घरी गेले. जेवणबिवण आटोपून निवांत वाघासारखे झोपले आणि नंतर पत्ते खेळत राहिले.

ते दोघे निघून गेल्यावर भीमूने गंभीर चेहऱ्याने पुढच्या हालचाली केल्या. फार जलद गतीने केल्या. आजपर्यंतच्या त्याच्या आयुष्यात इतकी महत्त्वाची कामगिरी त्याला कुणीच सांगितलेली नव्हती. त्यामुळे हे काम पत्करल्यावर त्याचा चेहरा आक्रसला. फारच गंभीर झाला. एरवी दात घासून पुन्हा घरातला चहा प्यायला त्याला रोज बारा वाजत. मग दोन वाजेपर्यंत जेवण आटोपून तो घटकाभर लवंडत असे आणि चार वाजता बाहेर पडत असे; पण आज त्याला तालुक्याला जायचे होते. मुख्य म्हणजे इनामदाराचा फार महत्त्वाचा निरोप बरोबर न्यायचा होता. त्या जबाबदारीच्या जाणिवेने त्याने आज पंधरा मिनिटे लवकर चहापान उरकले आणि अर्धा तास

लवकर जेवण संपविले.

घटकाभर लवंडावे म्हणून तो झोपला आणि उठायला मात्र त्याला थोडा उशीर झाला. संध्याकाळी दिवस मावळायला तो घराबाहेर पडला. इनामदाराचा तातडीचा आणि नाजूक निरोप पोहोचवायला म्हणून हळूहळू चालत निघाला.

तरीसुद्धा भीमू तालुक्याच्या गावी लवकर पोहोचला असता; पण वाटेत ओळखीचे फार लोक भेटले. त्यामुळे त्याचा अगदी निरुपायच झाला. सगळ्यांशी घटकाभर बोलून आपण कोणत्या कामगिरीवर निघालो आहोत, हे त्यांना समजावून सांगणे त्याला भागच पडले. पण प्रत्येकाशी फक्त अर्धाच तास त्याने घालविला. एवढे त्यातल्या त्यात त्याने बरे केले.

चालत-चालत भीमू तालुक्याला येऊन पोहोचला, तेव्हा चांगलीच रात्र झाली होती. अंधार गुडूप पडला होता. जिकडे-तिकडे दिवे लागले होते. घरंदारं, दुकानं बंद झाली होती आणि रस्त्यावर अगदी थोडी माणसे आढळत होती.

साडूच्या घरी पोहोचल्यावर शंकर घिसाडी त्याला म्हणाला, "का पावणं, लेट केला यायला?"

भीमूचा चेहरा आज दुपारपासूनच गंभीर होता. त्या चेहऱ्याला शोभेल अशा आवाजात तो म्हणाला, "हां, काम निघालं म्हणून लेट झाला."

"कसलं काम काढलंय?"

"एक निरोप पोचता करायचा हाय भोकरवाडीच्या इनामदाराचा. अर्जेंट निरोप हुता. म्हणून घाईघाईने, गडबड करून लवकर निघालो जरा. सांगतो तुमाला मागनं."

घाईघाईने, गडबड करून लवकर निघाल्यामुळे इथे यायला भीमूला उशीर झाला हे काय कोडे आहे, ते शंकर घिसाड्याला सुटले नाही. तो काही बोलला नाही. जेवणखाण आटोपून पानतंबाखू खाल्ल्यावर त्याने पुन्हा विचारले, "कसला अर्जेंट निरूप हुता?"

भीमूने बराच वेळ डोके खाजवून निरोपाची सगळी सामग्री मेंदूतून गोळा केली.

"इचारलंत बरं केलंत. जरा नाजूक काम हाय."

नाजूक कामात शंकर घिसाडी बराच दर्दी इसम होता. म्हणून नाजूक काम म्हटल्याबरोबर त्याने घोड्यासारखे कान टवकारले.

"बोला."

भीमू शंकरच्या दिशेने थोडासा सरकला. इकडे-तिकडे बघून कोणी ऐकत नाही याची त्याने खातरी करून घेतली. मग खासगी आवाज काढून तो म्हणाला, "बाई मिळंल का कुटं?"

"आं? बाई?"

"व्हय."

“भले! तुमी बी आमच्याच कॅम्पातले निगाले का भावजी?” असे म्हणून शंकरने भीमूच्या निबर गालावर टिचकी मारली, तेव्हा भीमू थोडासा लाजला आणि बराचसा घाबरला.

“छ्या: छ्या:! हे काय भलतंच!”

“मग तुमाला वो कशाला बाई पायजे?”

पाव्हण्याने केलेली ही थट्टा ऐकून भीमूला पोटातनं गुदगुल्या झाल्या.

“मला नव्हं! भोकरवाडीच्या इनामदाराला पायजे.”

“कशापायी?”

“ते आता कुनाला ठावं –”

एवढं बोलून भीमू अचानक मधेच थांबला. सकाळी कट्ट्यावर झालेले बोलणे त्याला एकदम आठवले.

“इनामदाराला मुका घ्यायचा हाय म्हनं तिचा.”

“आं?”

“व्हय. मला तरी काय म्हाईत? पन आमच्या गावची मानसं आपली म्हनत हुती. इनामदार नाच-गान्याचा कार्यक्रम करतो आन् त्या वक्ताला आसं काय तरी करतो.”

“म्हंजी नाच-गान्याचा कार्यक्रम करायचाय म्हन की.”

भीमू मान हालवून बोलला, “व्हय!”

“आन् पैशाचं?”

“त्ये काय अवघड न्हायी. इनामदार म्हनलाय हजार रुपये बी दीन. काय मागंल ते दीन. पर बाई आन ताबडतोब. हां!”

भीमू घिसाड्याने सांगितलेली ही माहिती ऐकून शंकर घिसाड्याच्या तोंडाला पाणी सुटले. पैसे नसल्यामुळे बऱ्याच दिवसांत तो तमाशाच्या थेटराकडे फिरकला नव्हता. आता या निमित्ताने तिकडे जाणे शक्य होते. ठुमकणाऱ्या, लचकणाऱ्या आंबुजानशी बोलणे शक्य होते. फार काय, तिचा खेळही फुकटात बघणे जमण्यासारखे होते.

या सगळ्या गोष्टी ध्यानात घेऊन तो म्हणाला, “आज काय गरबड न्हायी ना?”

“छ्या:! गरबड कसली आलीय?”

“मग आंबुजान हाय. तिच्याकडं मी जाईन उंद्याला. तुमचं काम करून टाकीन.”

भीमूने उगीचच कुतूहलाने विचारले, “ही कोन आंबुजान?”

“हाय जुनी बाई. पन एकदम बेष्ट!”

“मग हे येवढं आमचं काम –”

“काम उंद्याच्याला करतो. तुमी बिनघोर ऱ्हावा.”

शंकर घिसाड्याने हे आश्वासन दिल्यावर भीमूचीही काळजी संपली. त्याच्या चेहऱ्यावरचा गंभीरपणा हलके-हलके नाहीसा झाला आणि नेहमीप्रमाणे रडका चेहरा करून तो झोपला. शांतपणे झोपला. इतकी नाजूक गोष्ट त्याने आयुष्यात कधी केली नव्हती. एवढा महत्त्वाचा निरोप त्याने आजपर्यंत कधीच पोहोचता केला नव्हता. त्यामुळे त्याला फार दडपण आल्यासारखे वाटत होते. आता तो शांतपणाने झोपला. फक्त झोपेत त्याला निरनिराळी चमत्कारिक स्वप्ने पडली. एका स्वप्नात आंबुजानने भीमूचाच गालगुच्चा घेतला. अशी गमतीदार स्वप्ने सोडली, तर बाकी त्याला अगदी शांतपणे झोप लागली.

दुसऱ्या दिवशी शंकर घिसाडी कामाच्या रगाड्यात सापडला आणि दिवसभर दुकानीच अडकून राहिला. अंधार पडला आणि दिवेलागण झाली, तसा मात्र तो हालला. घरी येऊन जेवून तमाशाच्या थेटराकडे गेला. माडीवर जाऊन आंबुजानला भेटला. त्याने आंबुजानला सांगितलेल्या निरोपाचे थोडक्यात तात्पर्य असे होते की, भोकरवाडीच्या इनामदाराने खास तिची बैठक करायची ठरविलेली आहे. या कार्यक्रमाला दोन-पाच गावची शेलकी शेलकी मंडळी येणार आहेत. बैठक धडाक्याने होईल. पैसाही चांगला मिळेल. निदान दीड हजार रुपयाला तरी काही मरण नाही. तेव्हा काय वाटेल ते करून सर्व ताफा बरोबर घेऊन भोकरवाडीला ताबडतोब हजर राहणे....

हजार-दीड हजाराचा आकडा ऐकून आंबुजान खूश झाली. पण पायात चाळ बांधता-बांधता ती म्हणाली, “इनामदार लई जिंद जातीचा हाय, हाय ठावं मला. मागं पाच-सात वर्साखाली मी गेलते, तर फकस्त शंभर रुपयं हातावर टिकिवलं. मग पुन्हा ऱ्हाय गेले मी.”

मान हालवून जबाबदारीच्या जाणिवेने शंकर घिसाडी म्हणाला, “ह्या खेपंला तशी काय काळजी ऱ्हायीच. रुप्पयं दीड हजार काडूनच ठिवल्यात निराळं. म्यां समक्ष बगितलं की.”

“आस्सं का?”

“व्हय. पैसे काडून ठिवलं हिकडं आन् म्या निगालोच एक्स्प्रेस तुमच्याकडं.”

“मागच्या येळेला जागा झाडून बी घेतली न्हवती नीट. आता काय तयारी तरी केलीय का बैठकीची?”

शंकर घिसाडी दडपून पुढं म्हणाला, “तर वो. हंड्या-झुंबरं कवाच चकपक करून ठिवल्यात. हालाला नवा रंग मारलाय. शालू-पैठण्या समदं काडून ठिवलंय.”

आंबुजानने मग जास्त चौकशी केली नाही. शंकर घिसाड्याने आणखी बरेच वर्णन तिला ऐकविले आणि गार करून टाकले. मग तिने हाताने पट्टी करून त्याला

दिली. स्वत:च्या बटव्यातला खास हैदराबादी जर्दा त्याच्या हातावर ठेवला. तेव्हा झाल्या श्रमांचे सार्थक झाल्यासारखे त्याला वाटले. 'ऐटबाज काम झालं, च्या बायली,' असे मनाशी म्हणत, तो थेटरात विंगेत जाऊन बसला. एरवी पिटात बसणाऱ्या या माणसाने त्या दिवशी सबंध तमाशा विंगमध्ये बसून पाहिला.

दुसऱ्या दिवशी आंबुजानने दिवसभर आवराआवर केली. रात्रीची वारी ठरलेली होती. ती सगळी सांभाळली आणि तिसऱ्या दिवशी सगळा ताफा बरोबर घेऊन तिनं बैलगाड्या केल्या. भोकरवाडीची वाट धरली.

पावसाळ्यात भोकरवाडीला जाण्याचे पूर्वी काहीच कारण पडले नव्हते. त्यामुळे भोकरवाडीच्या रस्त्याला काय हिसका बसतो, हे कुणालाच माहीत नव्हते. पण गाड्या त्या अद्भुत रस्त्याला लागल्या मात्र, असे धडाधडा हिसके बसू लागले की, सगळ्यांची हाडे खिळखिळी झाली. वरंगळीत बसलेल्या गचक्यांनी थोबाडे फुटली. गाडीच्या साठ्यावर डोकी आपटून-आपटून सगळ्यांना टेंगळे आली. चिखल-राड तर इतकी उडाली की, सगळे अंगावरचे कपडे खराब होऊन गेले. बाई आणि पुरुष हा फरकही ओळखू येईनासा झाला. मध्येच दोनदा गाड्या मोडल्या आणि तीनदा पावसाची जोरात सर येऊन गेली.

या सगळ्या गोष्टींना तोंड देत-देत सगळा ताफा जेव्हा भोकरवाडीला पोहोचला तेव्हा दुपार उलटून गेली होती. संध्याकाळ व्हायला थोडा अवकाश होता. आभाळ भरभरून येत होते. मधूनमधून पावसाचे थेंब खाली उतरत होते आणि दिंडी दरवाजापाशी महादा चिलमीचा धूर गिळीत निवांत बसला होता.

गाड्या दिंडी दरवाजापाशी येऊन थांबल्या तसा महादा त्यांच्याकडे बघत राहिला. म्हणाला, ''कोन पायजे?''

त्याबरोबर ताफ्यातला एक पटकेवाला खाली उतरून अवघडलेले अंग मोकळे करीत म्हणाला, ''इनामदाराकडंच आलुया न्हवं का. त्येस्नी म्हणावं आंबुजान आल्याली हाय.''

इनामदाराच्या घरी पोरगा जन्माला येऊन चार-पाच दिवस झाले होते. आजच त्याची पाचवी पुजली होती. आपण कधी, कुणाला बोलावले होते, हे आता तात्या इनामदाराच्या लक्षातही राहिलेले नव्हते. त्यामुळे आंबुजान आली आहे, हा निरोप ऐकून त्याला आश्चर्य वाटले आणि मग तो खूशही झाला.

लगबगीने बाहेर येऊन तिचे आगत-स्वागत करीत तो म्हणाला, ''आंबुजान, पोरगा झालाय मला. आता आलीस तर नाचगाण्याची बैठक झालीच पाहिजे बरं का. सांगून ठेवतो.''

गाडीचे हिसके खाऊन-खाऊन आंबुजानला फार त्रास व्हायला लागला होता. तिच्या सर्वांगातनं कळा निघत होत्या. बैठकीत पोहोचल्यावर मटकन खाली बसून

ती म्हणाली, "आता ह्यातनं जगले वाचले तर नाचगानं."

"का, काय झालं?"

"पोटात दुखाय लागलंय भयंकर माज्या."

तिला आरामशीर बसवून इनामदाराने नाना उपचार केले. ओवा दिला. सोडा दिला, पोट शेकले. पण तिचे पोट दुखणे थांबेना. ती जास्त जास्तच विव्हळू लागली. कण्हू लागली. पोटावर हात ठेवून भुईवर लोळण घेऊ लागली. असा तास-दीड तास गेला.

शेवटी डोळ्यांत पाणी आणून आंबुजान म्हणाली, "कुठून हिकडं आले आसं झालंय मला. कधी नव्हं ती सात वर्षांनी पोटुशी राहिली मी आन् ह्यो परसंग आला."

हे ऐकल्यावर इनामदाराने चमकून तिच्याकडे निरखून पाहिले. आंबुजानला दिवस गेले आहेत, याची त्याला खातरी पटली. चिंताक्रांत होऊन तो तिच्याकडे बराच वेळ बघत उभा राहिला. विचार करीत थांबला.

मग एकाएकी त्याने महादाला हाक मारली, "महाद्या भडव्या –"

– आणि चिलीम बाजूला ठेवून पळत आत आलेल्या महादाला उद्देशून तो लांबूनच ओरडून म्हणाला, "महादा, आत्ताच्या आत्ता तालुक्याला जा आणि एक बाई-डॉक्टर ताबडतोब घेऊन ये!"

■

भोकरवाडीच्या गोष्टी

द. मा. मिरासदार

विहिरीत रॉकेल सापडल्यावर 'बॉम्बे हाय'सारखी 'भोकरवाडी हाय' कंपनी स्थापन करून निवांत जगण्याचं स्वप्नं पाहणारा शिवा जमदाडे अन् त्याची कट्टा कंपनी... गुप्त धनाच्या शोधात कुलंगडी शोधणारा नाना चेंगट... साताठ कणसं, शेंदाडं अन् चरवीभर दूध यासारखं बरंच काही उपोषणाच्या आदल्या दिवशीच रिचवणारा बाबू पैलवान... खव्याचा गोळा विकून आलेल्या पैशातनं बायकोला सिनेमा दाखवायचं आमिष देणाऱ्या बापूची झालेली तऱ्हा... चावलेल्या कुत्र्याच्या पाळतीवर फिरणाऱ्या नाना चेंगटाला त्या कुत्र्यानंच कसं बिंगवलं... बावळेमास्तरांना तपकिरीचं व्यसन सोडण्याचा दम देणाऱ्या हेडमास्तरांनी पुन्हा परवानगी कशी दिली....

भोकरवाडीतल्या अशा गावगन्ना, बेरकी, छत्री अन् इरसाल पात्रांच्या पोट धरधरून हसायला लावणाऱ्या आणि द. मा. मिरासदारांच्या लेखणीतून उतरलेल्या खुसखुशीत कथा तुम्ही वाचायलाच हव्यात!

● ● ●